चला जाणून घेऊ या!

रोग बरे करणारी

पाण्याची अद्‌भुत शक्ती

मूळ इंग्रजी लेखिका

डॉ. सावित्री रमैया

अनुवाद

वैशाली जोशी

मेहता पब्लिशिंग हाऊस

All You Wanted To Know About Healing Powers of Water

Originally Published by Sterling Publishers Pvt. Ltd., New Delhi.
Translated into Marathi Language by Vaishali Joshi

चला जाणून घेऊ या! पाण्याची अद्‌भुत शक्ती

अनुवाद : वैशाली जोशी

मराठी अनुवाद व प्रकाशनाचे हक्क : मेहता पब्लिशिंग हाऊस, पुणे.

प्रकाशक : सुनील अनिल मेहता, मेहता पब्लिशिंग हाऊस, १९४१, सदाशिव पेठ, माडीवाले कॉलनी, पुणे – ४११ ०३०
✆ ०२०-२४४७६९२४
E-mail : info@mehtapublishinghouse.com
Website: www.mehtapublishinghouse.com

मुद्रक : जंगम ऑफसेट प्रा. लि., धायरी, कैलासजीवन कंपनीजवळ, सिंहगड रोड, पुणे – ४११०४१.

मुखपृष्ठ : मेहता पब्लिशिंग हाऊस, पुणे

प्रथमावृत्ती : डिसेंबर, २००५ / फेब्रुवारी, २००७ / जानेवारी, २०११ / पुनर्मुद्रण : सप्टेंबर, २०१५

किंमत : ₹ ६०/-

ISBN 8177665472

प्रस्तावना

'चला जाणून घेऊ या!' ही वाचायला सोपी अशी संदर्भ मालिका आहे. ह्या कार्यात आरोग्याबाबत आधुनिक दृष्टीकोन असलेल्या वैद्यकीय तज्ज्ञांची मदत झाली आहे.

ह्या मालिकेतील प्रत्येक पुस्तकामुळे आरोग्याबाबतच्या एखाद्या विशिष्ट प्रश्नाविषयीच्या आपल्या ज्ञानांत भर पडते. त्यामुळे वाचकाला ॲलोपाथी, ॲक्युपंचर, आयुर्वेद, होमिओपाथी, निसर्गोपचार आणि युनानी उपचार अशा वेगवेगळ्या पद्धतींमधून निवड करायला वाव मिळतो.

ह्या पुस्तकाचा उद्देश घरच्याघरी उपचार करता यावेत असा असला तरी डॉक्टरांचा सल्ला घेणं हे अपरिहार्य आणि आवश्यक आहे.

■

अनुक्रम

विषय ओळख

आपल्या शरीराला जेव्हा पाण्याची गरज भासते तेव्हा आपल्याला तहान लागल्याची भावना जाणवते आणि आपण पाणी पितो. असं असलं तरी शरीराच्या काही भागांना किंवा संपूर्ण शरीराला पाण्याची गरज आहे हे दर्शवणारी इतरही बरीच लक्षणं असतात. ह्या लक्षणांकडे दुर्लक्ष केल्यास गंभीर आजार होण्याची शक्यता असते. औषधं घेऊन हे रोग बरे झाले तरी त्यांचं पूर्ण निवारण होत नाही.

थंड पाण्याच्या एका घोटाने शरीराचं तापमान कमी होतं, रक्त आवश्यक त्या प्रमाणांत पातळ राहतं, त्वचेमधून पाण्याचं बाष्पीभवन होऊन घामाच्या रूपाने टाकाऊ विषारी द्रव्यं बाहेर टाकली जाण्यास चालना मिळते, मूत्रपिंडाचं कार्य सामान्य रीतीने चालू राहण्यास मदत होते आणि आतड्यांतील हालचाल वाढते. गरम पाण्याचा उपयोग चित्त शांत ठेवण्यासाठी होतो आणि त्यामुळे वेदनाही कमी होतात.

पाणी हे नैसर्गिक औषध आहे.

■

पाण्याची रोग बरे करण्याची शक्ती

बहुतेक लोकांचा असा समज असतो की आपल्या शरीराला जेव्हा जेव्हा पाण्याची गरज भासते तेव्हा तेव्हा आपल्याला तहानेची भावना जाणवते. काही प्रमाणांत जरी हे खरं असलं तरी आधुनिक संशोधनांतून असं दिसून आलेलं आहे की शरीराच्या काही भागांना किंवा संपूर्ण शरीराला पाण्याची गरज आहे हे दर्शवणारी इतरही बरीच लक्षणं असतात. ह्या लक्षणांकडे दुर्लक्ष केल्यास गंभीर आजार होण्याची शक्यता असते. औषधं घेऊन हे रोग बरे झाले तरी त्यांचं पूर्ण निवारण होत नाही. हल्ली जवळजवळ सर्वांनाच हे ठाऊक असतं की भरपूर पाणी प्यायल्यामुळे आरोग्य सामान्यत: चांगलं राहतं. पण हे असं का आणि शरीराला पुरेसं पाणी मिळालं नाही तर नेमकं काय होतं हे मात्र बऱ्याच जणांना माहिती नसतं. गंभीर आजारांना आमंत्रण देऊ शकतील अशा आरोग्याबाबतच्या समस्यांना प्रतिबंध करण्यामध्ये पाणी कोणती महत्त्वाची भूमिका बजावतं ह्यावर ह्या पुस्तकात प्रकाश टाकण्याचा प्रयत्न केला आहे. त्याचप्रमाणे नैसर्गिकरित्या रोग बरे करण्याच्या ज्या विविध तंत्रांमध्ये पाणी महत्त्वाची भूमिका बजावतं त्यांचंही ह्या पुस्तकात विस्ताराने वर्णन केलं आहे.

आपल्या शरीरांतील जवळजवळ सत्तर टक्के वजन हे पाण्याचं

असतं. शरीराच्या सर्वच भागांत पाणी असतं हे जरी खरं असलं तरी फुफ्फुसं, मेंदू असे काही अवयव, रक्त, लसिका (लीम्फ-Lymph),लाळ ह्यासारखे द्रव पदार्थ आणि पचनसंस्थेतील अवयवांमधील टाकाऊ पदार्थ अशा काही भागांमध्ये त्याचं प्रमाण अधिक असतं.

पृथ्वीच्या पाठीवर जवळजवळ सगळीकडे पाणी मुबलक प्रमाणांत उपलब्ध आहे. पाण्याचे दोन प्रमुख स्रोत आहेत- भूमिगत पाणी आणि पृष्ठीय पाणी (पावसाचं पाणी). पृष्ठीय पाणी हे सामान्यत: 'मृदू', तर भूमिगत पाणी हे 'कठीण' असतं. ह्याचा अर्थ असा की भूमिगत पाण्यांत बरीचशी खनिजं आणि / किंवा संयुगं मिसळलेली असतात. कठीण पाण्याच्या तुलनेत मृदू पाणी हे उपचारांमध्ये अधिक परिणामकारक ठरतं. अर्थात, हे लक्षांत ठेवणं आवश्यक आहे की मृदू पाण्यांत जर अशुद्ध द्रव्यं असलीच तर त्यांचा आरोग्यावर विपरीत परिणाम होऊ शकतो. त्यामुळे, पिण्यासाठी किंवा उपचारांसाठी वापरण्यापूर्वी पाणी शुद्ध करून घेणं गरजेचं आहे.

प्राचीन ईजिप्शियन, हिब्रु, ग्रीक, पर्शियन आणि हिंदू लोकांनी पुष्कळ रोगांवरील उपचारांमधील अविभाज्य भाग म्हणून कित्येक शतकं पाण्याचा वापर केला आहे. ख्रिस्तापूर्वी कित्येक शतकं चिनी लोकांनी पाण्याचा वापर रोगांवरील इलाज म्हणून केला आहे. आठशे वर्षांपूर्वी जपानी लोक थंड पाण्याचा उपयोग कित्येक रोगांचा इलाज म्हणून करत असत. आधुनिक वैद्यकशास्त्राचा जनक म्हणून ओळखल्या जाणाऱ्या हिप्पोक्रेटसनेही थंड आणि गरम पाण्याचा उपयोग ताप,

आतड्यातील व्रण, शरीराच्या आतील व बाहेरील रक्तस्राव इत्यादि कितीतरी रोगांचे उपचार करण्याकरीता यशस्वीरित्या केला होता.

शरीरातील पाण्याचं नियंत्रण कसं होतं?

आपल्या घरांत जेव्हा आपल्याला पाण्याचा तुटवडा भासतो तेव्हा आपण महत्त्वाच्या गोष्टींसाठी पाणी राखून ठेवायला अग्रक्रम देतो. उदा. आंघोळीसाठी किंवा कपडे धुण्यासाठी कमी पाणी वापरून

वेगवेगळ्या वयात होणारी तहानेची जाणीव आणि पाणी पिणे.

जन्माच्या वेळी **२० व्या वर्षी** **७० व्या वर्षी**

ह्या दोन्ही गोष्टी सुमारे विसाव्या वर्षी उच्चतम पातळीला पोचतात आणि वाढत्या वयाबरोबर हळूहळू कमी होत जातात.

▨ पेशीच्या आतील आणि बाहेरील पाण्याचे प्रमाण २०व्या वर्षी हे प्रमाण साधारणतः १.१ आणि सत्तराव्या वर्षी ०.८ इतकं असतं.

आपण ते पिण्यासाठी आणि स्वयंपाकासाठी राखून ठेवतो. त्याचप्रमाणे, शरीराला जेव्हा पाण्याचा तुटवडा भासतो तेव्हा शरीराच्या सर्व पेशींमध्ये असलेलं हिस्टॅमिन (Histamine) नावाचं एक रासायनिक संयुग कार्यरत होतं आणि शरीरातील पाण्याचं नियंत्रण करू लागतं. ह्या प्रणालीमुळे शरीरातील मेंदू, हृदय, फुफ्फुसं ह्यासारख्या महत्त्वाच्या इंद्रियांना अधिक पाणी पुरवठा केला जातो.

हिस्टॅमिन हे शरीरातील न्यूरोट्रान्समिटर्स (Neurotransmitters) नावाच्या रसायनांच्या प्रणालीला मार्गदर्शन करतं आणि त्यांच्याकडून कार्य करून घेतं. ह्या रसायनांमुळे मज्जातंतूंचे संदेश एकतर बदलून सुधारले जातात किंवा प्रक्षेपित केले जातात. हिस्टॅमिन हे न्यूरोट्रान्समिटर्सना किती पाणी प्यावं ते नियंत्रित करणाऱ्या उप-प्रणालींना कार्यरत करण्यासाठी मार्गदर्शन करतं. ह्या उप-प्रणाली पाणी किती प्यावं आणि ते कोणकोणत्या अवयवांना पुरवावं हे ठरवण्यासाठी 'व्हॅसोप्रेसिन' (Vasopressin) आणि 'रेनिनअॅन्जिओटेन्सिन' (Renin-angiotensin) ह्यासारख्या रासायनिक पदार्थांचा वापर करतात.

व्हॅसोप्रेसिन हा मूत्रपिंडांकडून पाण्याचं पुनःशोषण वाढवणारा एक संप्रेरक (Hormone) आहे. त्यामुळे लघवीचं उत्पादन कमी होतं. रेनिन हा मूत्रपिंडांमध्ये उत्पन्न होणारा आणि साठवला जाणारा एक विकर (Enzyme) आहे. जेव्हा जेव्हा शरीरातील रक्ताचं प्रमाण कमी होतं तेव्हा तेव्हा रेनिन, अॅन्जिओटेन्सिन ह्या रासायनिक संयुगाची निर्मिती करून रासायनिक प्रक्रियांची एक शृंखलाच सुरू करतं.

ॲन्जिओटेन्सिमुळे मूत्रपिंडांतील रक्तवाहिन्यांचं आकुंचन होतं. त्यामुळे मूत्रपिंडांतून बाहेर झिरपणाऱ्या रक्ताचा वेग कमी होतो. रक्त बाहेर झिरपणं कमी झाल्यामुळे शरीरातील पाण्याची बचत होते.

आयुष्यात वेगवेगळ्या वयात शरीरातील पाण्याचं नियंत्रण होण्याच्या तीन पायऱ्या असतात. त्या म्हणजे- अ. जन्मापूर्वी ब. जन्मानंतर तरूणपणापर्यंत क. प्रौढपणी. जन्मापूर्वी बाळाच्या वाढीसाठी आणि विकासासाठी अधिक पाण्याची आवश्यकता असेल तर पोटातील बाळ आईला तसे संदेश पाठवतं. अशा तऱ्हेने बाळ जरी जन्माला आलेलं नसलं तरी हे संदेश आईला जाणवतात. असं समजलं जातं की गर्भारपणी बाईला सकाळी जी उलट्या, मळमळ अशी भावना होते ती बाळाला अधिक पाण्याची गरज असल्याची पहिली लक्षणं असतात.

वयाच्या साधारण विसाव्या वर्षी शरीराची पाणी नियंत्रणाची कार्यक्षमता उच्चतम पातळीला असते. पुढील आयुष्यात वाढत्या वयाबरोबर ती हळू हळू कमी होत जाते. अशा तऱ्हेने वाढत्या वयाबरोबर तहानेची जाणीवही कमी होत जाते. ह्यामुळेच बहुदा म्हातारपणी बऱ्याच लोकांना सांधेदुखी, उच्च रक्तदाब इत्यादी पाण्याच्या अभावाने होणारे जुनाट, दीर्घकालीन रोग डोकं वर काढतात. आपण नेहमी घेत असलेल्या चहा, कॉफी, मद्य, वायुमिश्रित पेयं ह्यांचाही पुढील आयुष्यातील पाण्याच्या नियंत्रणावर वाईट परिणाम होत असतो.

शरीराच्या विविध अवयवांतील पेशींच्या आतील आणि बाहेरील पाण्याचं प्रमाण हे अतिशय महत्त्वाचं आहे. वय जसं वाढत जातं तसं

पेशींमधील पाण्याचं प्रमाण कमी होत जातं. पेशींची सामान्य कार्यं चालू राहण्यामध्ये पाण्याचं हे प्रमाण फार महत्त्वाची भूमिका करत असतं. त्यामुळे शरीरांत पाणी कमी झालं तर ह्यापैकी काही कार्य बंद पडण्याची शक्यता असते. अशा तऱ्हेने कार्य बंद पडल्यास त्याची विशिष्ट लक्षणं दिसून येतात. आकृती१ मध्ये तहानेची जाणीव आणि किती पाणी प्यावं ते आणि वेगवेगळ्या वयात पेशीच्या आतील आणि बाहेरील पाण्याचे प्रमाण हे दाखवलेलं आहे.

सामान्य आरोग्य चांगलं ठेवण्यामध्ये पाण्याचं काय महत्त्व आहे?

शरीराच्या विविध भागांतील पाण्याचं प्रमाण हे त्या त्या भागांचं कार्य नियंत्रित करत असतं. शिवाय पाण्यांत विरघळलेल्या खनिजं, व्हिटॅमिन्स इत्यादि घन पदार्थांचं कार्यही त्यामुळे नियंत्रित होत असतं. दुसऱ्या शब्दांत सांगायचं तर शरीराच्या विविध भागांच्या कार्यावर पाण्याचा परिणाम होत असतो. शरीराच्या सर्व भागांना पाण्याचा व्यवस्थित पुरवठा झाला की मेंदू, हृदय, फुफ्फुसं ह्यासारख्या महत्त्वाच्या इंद्रियांना पाणी आणि त्यांतून वाहून नेल्या जाणाऱ्या रासायनिक पदार्थांचा (संप्रेरक, पोषक द्रव्यं इत्यादि) पुरवठा होतो. पाणी ह्या रासायनिक पदार्थांचं वहन करतं. शरीराच्या कित्येक भागांमध्ये अशा रासायनिक पदार्थांची निर्मिती होत असते की ज्यांचा शरीरातील दूरच्याच कुठल्यातरी भागांवर परिणाम होत असतो. हे रासायनिक पदार्थ स्वतःचं उत्पादनही नियंत्रित करतात आणि आजूबाजूला असलेल्या 'पाण्यां'त मिसळतात.

पाण्याची शरीरातील महत्त्वाची कार्य

* शरीरातील सर्व रासायनिक प्रक्रियांसाठी पाणी आवश्यक असतं. ज्याप्रमाणे पाण्यामुळे बीचं वृक्षांत रूपांतर होतं त्याचप्रमाणे आपलं शरीर जन्मापासून प्रौढत्वापर्यंत पाण्यामुळेच वाढतं.
* पेशींच्या आतील आणि बाहेरील पाण्याच्या प्रवाहामुळे ऊर्जानिर्मिती होत असते. शरीरातील इतर रासायनिक ऊर्जा स्त्रोतांबरोबर ही ऊर्जाही शरीरांत साठवली जाते.
* पाण्यामुळे पेशींमध्ये निर्माण होणाऱ्या ऊर्जेने मज्जातंतूंमधील संदेश प्रक्षेपित केले जातात.
* पेशींच्या भिंतींमध्ये डिंकासारख्या एका पदार्थाची निर्मिती करायला पाणी मदत करतं. ह्या पदार्थामुळे भिंतींमधील घन पदार्थ एकमेकांना 'चिकटून' राहायला मदत होते.
* मेंदूचे संदेश मेंदूमध्येच निर्माण होणाऱ्या एका रासायनिक पदार्थांत असतात. हा रासायनिक पदार्थ शरीराच्या विविध भागांकडे वाहून न्यायला पाणी मदत करतं. प्रमुख रस्त्यावर ज्याप्रमाणे वेगवेगळ्या प्रकारच्या वाहनांसाठी वेगवेगळे आखीव मार्ग (Lanes) असतात त्याचप्रमाणे चेतातंतूंमध्ये (Nerves) मेंदूतील रासायनिक पदार्थ वाहून नेण्यासाठी 'पाण्याचे आखीव मार्ग' असतात.
* शरीरातील पाण्याच्या प्रमाणाचा त्यामध्ये विरघळलेल्या विविध प्रथिनांच्या आणि विकरांच्या कामगिरीवर परिणाम होत असतो.

इथे पाण्याची शरीरांतील विविध कार्यं दिलेली आहेत. ह्याशिवाय, निसर्गोपचारांत पाण्याच्या शरीरांतील भूमिका पुढीलप्रमाणे दिलेल्या आहेत.

१. शरीराच्या अंतर्गत अवयवांच्या अस्तरांतील आर्द्रता टिकवायला पाण्यामुळे मदत होते.
२. शरीरांतील रक्त आणि लसिका ह्यासारख्या द्रव पदार्थांचा पातळपणा आणि त्यांचं शरीरांतील प्रमाण कायम राखलं जातं.
३. शरीराचं तापमान नियंत्रित केलं जातं.
४. लघवी, घाम आणि श्वासोच्छ्वासावाटे शरीरांतील टाकाऊ विषारी द्रव्यं बाहेर टाकली जातात.
५. त्वचा चांगली राहण्यासाठी आणि तिचं कार्य सामान्यपणे चालण्यासाठी पाण्याची आवश्यकता असते.

शरीरांतून दररोज सुमारे चार लिटर पाणी बाहेर टाकलं जातं. त्यामुळे हा तोटा भरून काढण्यासाठी आपल्याला दररोज कमीतकमी तेवढं पाणी तरी पिणं गरजेचं आहे. कमी पाणी प्यायल्यामुळे निर्जलीकरण (Dehydration) होऊ शकतं.

निर्जलीकरण म्हणजे काय?

निर्जलीकरण ह्याचा अर्थ शरीरांतून प्रमाणाबाहेर पाणी बाहेर जाणं. शरीरांत आवश्यक पाण्याचा अभाव असणं. त्यामुळे शरीरांतील सोडियम,

विशिष्ट अवयवांच्या निर्जलीकरणामुळे उद्भवणाऱ्या वेदना

विशिष्ट अवयवांमधील निर्जलीकरण.

↓

मेंदू पाण्याचं नियंत्रण करू लागतो. हिस्टॅमिनचा स्राव सुरू होतो.

↓

पाणी नियंत्रणाची उप-प्रणाली कार्यरत होते.

↓

ज्या अवयवातील पाणी कमी झालं असेल तिथे वेदना होणं हे लक्षण दिसू लागतं. →

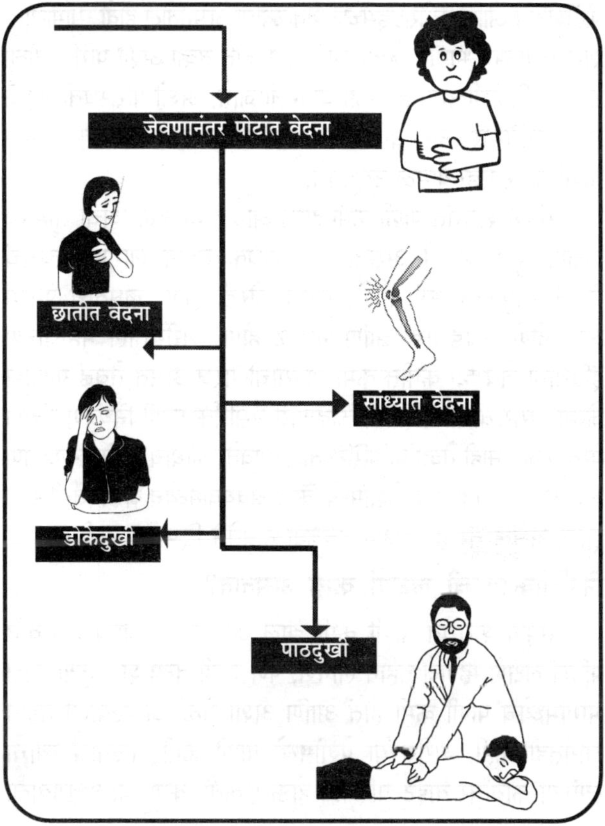
जेवणानंतर पोटांत वेदना
छातीत वेदना
सांध्यात वेदना
डोकेदुखी
पाठदुखी

पोटॅशिअम आणि क्लोराईड्सच्या पातळ्यांचा असमतोल होतो. सामान्यत: शरीराच्या सर्व भागांत जेव्हा पाणी कमी होतं तेव्हा अशा परिस्थितीला उद्देशून निर्जलीकरण ही संज्ञा वापरली जाते. अशी परिस्थिती बहुधा ताप, अतिसार, उलट्या अशा काही आजारांमध्ये शरीरांतून वेगाने पाणी बाहेर पडल्यामुळे उद्‌भवते.

संपूर्ण शरीरांत पाणी कमी झालं आहे हे ओळखण्याची सामान्य लक्षणं पुढीलप्रमाणे असतात - अधिक तहान लागणे, त्वचेचं स्थितीस्थापकत्व कमी होणे, त्वचा कोरडी होणे, लघवीचं प्रमाण कमी होणे, चिडचीड आणि गोंधळ होणे. शरीरांतील महत्त्वाच्या इंद्रियांना जेवढ्या कमीत कमी पाण्याची गरज असते तेवढं पाणीही जेव्हा शरीराची तोटा भरून काढणारी नैसर्गिक पाणी नियंत्रण यंत्रणा पुरवू शकत नाही तेव्हा ही परिस्थिती उद्‌भवते. आधीच सांगितल्याप्रमाणे शरीराच्या काही विशिष्ट पेशींमध्ये किंवा अवयवांमध्येच जर निर्जलीकरण झालं असेल तर ही लक्षणं तेवढ्या तीव्रतेने दिसणार नाहीत.

निर्जलीकरणाची लक्षणं काय असतात?

संपूर्ण शरीरांत पाणी कमी झाले आहे हे समजण्याचं सर्वांत पहिलं लक्षण म्हणजे तहान लागणे. पण काही वेळा शरीराच्या काही भागांमध्येच पाणी कमी होतं आणि अशा वेळी आपल्याला तहान लागतही नाही. शरीराच्या पेशींमध्ये पाणी कमी झाल्यास त्याचा त्यांच्या कार्यावर वाईट परिणाम होऊ शकतो. कोणत्या अवयवाला

पाण्याचा कमी पुरवठा होतो आहे त्यावर अवलंबून त्याची वेगवेगळी लक्षणं आणि खुणा दिसतात. ज्या अवयवामध्ये बराच काळपर्यंत निर्जलीकरण होतं त्याच्या कार्यावर मर्यादित परिणाम होऊन ॲलर्जी आणि जुनाट वेदना असे आजार उद्‌भवतात.

बराच काळपर्यंत निर्जलीकरण झाल्यास त्याचे सामान्य आरोग्यावर काय परिणाम होतात? आकृतीमध्ये विशिष्ट अवयवांच्या निर्जलीकरणामुळे उद्‌भवणाऱ्या वेदना दाखवलेल्या आहेत.

शरीराच्या काही विशिष्ट अवयवांमध्ये पाण्याचा अभाव बराच काळ-पर्यंत झाल्यामुळे पुढे दिलेले काही आजार उद्‌भवण्याची शक्यता असते. ■

अपचन (डिस्पेप्सिया - Dyspespsia)

जेवल्यानंतर थोड्या वेळाने पोटाच्या भागामध्ये जी अस्वस्थपणाची संदिग्ध भावना जाणवते तिला उद्देशून अपचन (Dyspepsia) ही संज्ञा वापरली जाते. ही भावना पोट दब्ब होणे, छातीत जळजळ होणे, पोट फुगणे किंवा उलटीची भावना होणे ह्या प्रकारची असते. अपचनाची ही भावना होणं हा आजार नाही, पण पोटांतील व्रण, पित्ताशयाचे (Gall Bladder) रोग किंवा जुनाट ॲपेन्डिसायटिस (Appendicitis) असे आजार त्यामागे असू शकतील ह्याचं ते एक लक्षण असतं.

पाणी कमी पिण्यामुळे अपचन का होतं?

पाणी कमी पिण्यामुळे अपचन का होतं त्याची दोन प्रमुख कारणं आहेत. ती म्हणजे अ) पोटांतील आम्लाचं (Acid) प्रमाण वाढणं आणि ब) स्वादुपिंडाच्या (Pancreas) सामान्य कार्यात बदल होणं.

पोटांतील आम्लाचं वाढलेलं प्रमाण : पोटाच्या आतल्या बाजूला असलेल्या अस्तरांतून जे स्राव बाहेर पडत असतात त्यामध्ये ९८% पाणी आणि २% पाणी 'पकडून' ठेवण्यासाठी आधार देणारी रचना (Support like structure) असते. हे जे पकडलेलं पाणी असतं ते पोटाच्या आतल्या बाजूला संरक्षक थर तयार करतं. ह्या संरक्षक थराच्या खाली असलेल्या पेशींमधून सोडियम बायकार्बोनेट नावाचं

एक रासायनिक संयुग स्त्रवत असतं. आतला पाण्याचा थर हे संयुगही पकडून ठेवतो. पोटामध्ये अन्नघटकांतील क्लिष्ट कणांचं विघटन करण्यासाठी आम्लाचा स्त्राव सुरू असतो. ह्या आम्लामध्ये क्लोराईड असतं. पोटांतील पाण्याच्या संरक्षक थरामध्ये जेव्हा हे आम्ल प्रवेश करण्याचा प्रयत्न करतं तेव्हा सोडियम बायकार्बोनेट त्याला उदासीन (Neutralize) करतं. परिणामत: बायकार्बोनेटमधील सोडियम आणि आम्लांतील क्लोराईड ह्यांचा संयोग होऊन मीठ (सोडियम क्लोराईड) तयार होतं. अतिरिक्त मिठामुळे पोटाच्या आतल्या थरामध्ये पकडल्या गेलेल्या पाण्याचं प्रमाण कमी होतं. संरक्षक थरांतील पाण्याचं प्रमाण कमी झाल्यामुळे आम्ल थेट पोटाच्या अस्तरापर्यंत जाऊन पोचतं आणि त्यामुळे वेदना होतात.

स्वादुपिंडाच्या कार्यात बदल : स्वादुपिंड हे पचनसंस्थेतील एक इंद्रिय असून ते जठराच्या मागे असतं. त्याचं प्रमुख कार्य जरी इन्सुलिन स्त्रवून रक्तातील साखर नियंत्रित करणं हे असलं तरी आतड्यामध्ये काही महत्त्वाच्या पाचक विकरांचा स्त्रावही ते सोडत असतं. शिवाय त्यामधून बायकार्बोनेटचा एक पाण्यासारखा द्रावही बाहेर पडत असतो. ह्या द्रावामुळे आतडी अल्कधर्मी (Alkaline) होतात. अशा तऱ्हेने जठरांतील आम्ल जेव्हा आतड्यांपर्यंत पोचतं तेव्हा बायकार्बोनेट द्रावामुळे ते उदासीन केलं जातं.

पचनक्रियेच्या शेवटी पचायला कठीण अशा घन अन्नपदार्थांचं जठरांतल्या आम्लाच्या सहाय्याने विघटन केलं जातं आणि अशा

तऱ्हेने अन्नाचं पातळ द्रावांत रूपांतर होतं. हे द्रवीभूत पण थोडंसं आम्लधर्मी असलेलं अन्न पायलोरिक व्हॉल्व्ह नावाच्या एका झडपेतून छोट्या आतड्याच्या पहिल्या भागांत प्रवेश करतं. ही झडप सामान्यत: आतड्यांतील पदार्थ परत जठरांत जाऊ देत नाही. हे कार्य दोन्ही बाजूंनी दिल्या जाणाऱ्या संदेशांनी नियंत्रित केलं जातं. ह्याचा अर्थ असा की जेव्हा ह्या झडपेला जठराकडून संदेश मिळतो की अन्न पुढे पाठवायला ते आत्ता तयार आहे आणि आतड्याकडून संदेश मिळतो की ते अन्न स्वीकारायला तयार आहे तेव्हाच ही झडप परिणामकारकरित्या उघडून कार्यरत होऊ शकते. आतड्यामध्ये जेव्हा पुरेसं द्रवीभूत बायकार्बोनेट असतं तेव्हाच ते पायलोरिक व्हॉल्व्हला उघडण्याचा संदेश पाठवतं. स्वादुपिंडाला जेव्हा रक्तपुरवठ्यामधून पुरेसं पाणी मिळत नाही तेव्हा पातळ बायकार्बोनेट द्रावाचं उत्पादन कमी होतं. परिणामत: आतड्याकडून पायलोरिक व्हॉल्व्हला अन्न पाठवण्यासाठी परिणामकारक संदेश पाठवले जात नाहीत. आकृती क्र. ३ मध्ये जठरांत कमी पाणी पुरवठा झाल्यामुळे अपचनाची आणि वेदनांची स्थिती कशी उद्‌भवते ते दाखवले आहे.

अधिक पाणी प्यायल्यामुळे अपचनाला प्रतिबंध कसा होतो?

आपण जेव्हा एखादा ग्लासभर पाणी पितो, विशेषत: रिकाम्या पोटी, तेव्हा ते सरळ आतड्यामध्ये जातं आणि शरीरांत त्याचं शोषण होतं. एक ते दीड तासाने हे शोषलेलं पाणी आतल्या अस्तरावाटे पोटांत सोडलं जातं. ह्याचा परिणाम म्हणून आतल्या अस्तरावरील

अपचनाला प्रतिबंध करण्यामध्ये पाण्याची भूमिका

जठराचे कोरडे झालेले अस्तर

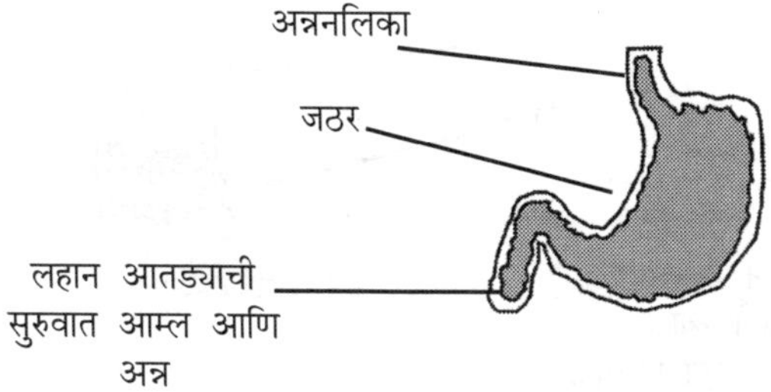

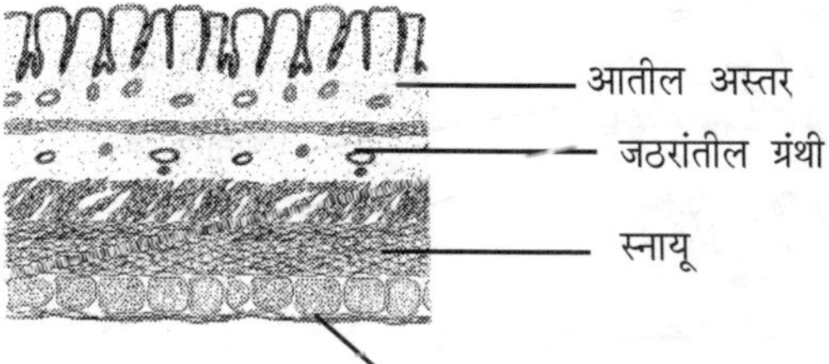

व्यवस्थित पाणी मिळालेले जठराचे अस्तर

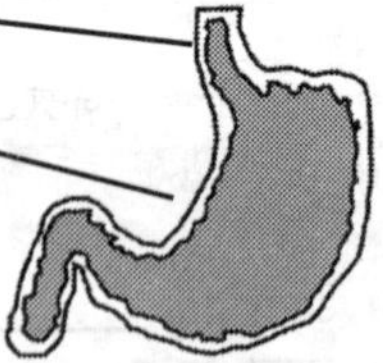

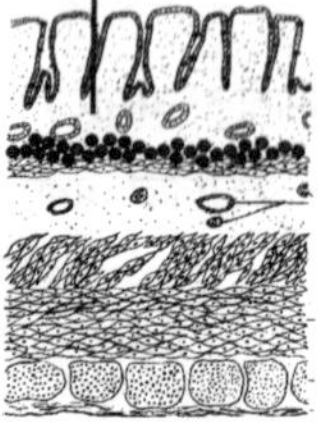

अतिरिक्त मिठाचे थर निघून जातात. त्यामुळे पाण्याचा संरक्षक थर अखंड राहतो आणि आम्ल त्या थरांतून पलीकडे जाऊन होणारं अपचन होत नाही. ह्या कारणासाठी जेवणापूर्वी निदान एक तासभर पाणी प्यावं असं निसर्गोपचारांत सांगितलेलं आहे.

आपलं रोजचं पाणी पिण्याचं प्रमाण अडीच लिटरपर्यंत वाढवलं तर गॅस्ट्रायटिस (Gastritis) आणि पोटांतील जळजळ (Heartburn) ह्यावर उपचार होऊ शकतात. त्यामुळे होणाऱ्या वेदना किंवा जाणवणारी अस्वस्थता काही दिवसांतच कमी होते. पण, ही लक्षणं जर बराच काळपर्यंत त्रास देत असतील तर हे परिणाम दिसायला काही आठवडे जावे लागतात. पोटांतील व्रणांच्या बाबतीत किंवा पित्ताशयाच्या रोगांच्या बाबतीत मात्र डॉक्टर आहारांत काही सुधारणा सुचवण्याची शक्यता असते. अशा वेळी ते तुम्हाला अधिक ताज्या भाज्या आणि फळं खायला सांगतील आणि चरबीयुक्त पदार्थ टाळायला सांगतील.

अपचनाच्या विकारांत औषधांची भूमिका काय असते?

अपचनाच्या नियंत्रणासाठी पुष्कळ वेळा घ्यायला सांगितली जाणारी रॅनिटिडिन (Ranitidine) किंवा सिमेटिडिन (Cimetidine) ही औषधं थोड्या काळपर्यंतच्या उपचारासाठी फार उपयोगी पडतात. पण, बऱ्याच काळपर्यंत ही औषधं घेत राहिल्यास त्यांचे वाईट परिणाम होऊ शकतात. ह्याचं कारण असं की शरीरांतील काही विशिष्ट 'रिसेप्टर्स' (Receptors) वर होणारी हिस्टॅमिनची प्रक्रिया

त्यांच्यामुळे बंद केली जाते. पोटांतील आम्लनिर्मिती करणाऱ्या काही पेशी हिस्टॅमिनच्या ह्या अडवणुकीच्या प्रक्रियेबाबत संवेदनशील असतात आणि त्यामुळे त्या कमी आम्लाची निर्मिती करतात. परंतु, शरीराच्या इतर भागांतील आम्लनिर्मिती न करणाऱ्या बऱ्याचशा पेशीही हिस्टॅमिनच्या ह्या प्रक्रियेबाबत संवेदनशील असतात. आधी उल्लेखल्याप्रमाणे शरीराच्या वेगवेगळ्या पेशींमधील पाण्याचं नियंत्रण करणं हे हिस्टॅमिनच्या अनेक कार्यांपैकी एक महत्त्वाचं कार्य आहे. वर सांगितल्याप्रमाणे काही पेशींच्या ह्या कार्यात जर अडथळा उत्पन्न झाला तर त्यांच्यांत जुनाट निर्जलीकरणाची परिस्थिती निर्माण होते. ■

सांधेदुखी

आपले सांधे जेव्हा दुखतात तेव्हा त्या सांध्यांमध्ये पाण्याची कमतरता निर्माण झाली असण्याचं ते पहिलं लक्षण असतं असं काही वैद्यकीय तज्ज्ञांचं मत आहे. सांध्यांतील हाडांच्या सर्व टोकांपाशी कूर्चा- कार्टिलेज (Cartilage) नावाचं एक संरक्षक कवच असतं. कठीण अशा हाडांच्या तुलनेत ह्या कूर्चांमध्ये पाणी अधिक असतं. कूर्चांमधील हे पाणी वंगणासारखं कार्य करतं आणि त्यामुळे हाडांची टोकं एकमेकांवर घासली न जाता त्यांची हालचाल अगदी मोकळेपणाने होते. ही हालचाल होत असताना काही पेशी मरतात आणि निघून येतात. ह्या मृत पेशींची जागा नवीन पेशी घेत असतात. जेव्हा कूर्चांमध्ये पाणी कमी होतं तेव्हा वंगण कमी पडून त्यांच्या हालचालीमध्ये अडथळा येतो. त्यामुळे मृत पेशींची संख्या वाढत जाते. नव्याने जन्माला येणाऱ्या पेशींपेक्षा मृत पेशींची संख्या जेव्हा अधिक होते तेव्हा त्याचा परिणाम म्हणून आपले सांधे दुखू लागतात. आकृतीमध्ये सांध्यांच्या सामान्य कार्यांत पाण्याची काय भूमिका असते ते दाखवले आहे.

कंबरदुखी : पाठीच्या कण्यामध्ये पाणी कमी होण्यामुळेही कंबरदुखी उद्‌भवू शकते. पाठीच्या कण्याच्या सांध्यांच्या दोन भागांमध्ये

अधिक पाणी असतं : अ) कण्याजवळ असलेल्या कूर्चांच्या पृष्ठभागांत आणि ब) कण्याच्या दोन हाडांच्या मध्ये असलेल्या चकतीच्या (Disc) केंद्रभागी. आपल्या हाताच्या आणि पायाच्या सांध्यांप्रमाणेच कूर्चेच्या पृष्ठभागाजवळ असलेलं पाणी सांध्याना वंगण पुरवण्याचं काम करतं. पाठीच्या कण्याच्या चकत्यांमध्ये असलेलं पाणी शरीराच्या वरच्या भागाचं जवळजवळ ७५% वजन पेलत असतं. त्यामुळे ह्या चकत्या दबल्या जातात. ह्या चकत्यांच्या आजूबाजूला असलेल्या उति (Tissues) शरीराच्या वरच्या भागाच्या उरलेल्या २५% ना आधार देतात.

पाठीच्या कण्याच्या सांध्यांमधील पाणी हे काही ठराविक वेळाच्या अंतराने निर्वात जागा (Vacuum) निर्माण करून त्यातून फिरवलं जातं. पाठीच्या कण्याचे स्नायू बळकट करण्यासाठी आणि वेदना कमी करण्यासाठी बहुतेक वेळा काही विशिष्ट व्यायाम प्रकार सांगितले जातात. त्याचं कारण म्हणजे ह्या व्यायामामुळे पाणी निर्वात जागेमध्ये ओढलं जाऊन पाण्याचं अभिसरण (Circulation) वाढतं. अधिक पाणी प्यायल्यामुळे ह्या सांध्यांतील पाण्याचं प्रमाण सामान्य राहायला मदत होते. एवढंच नाही तर चकत्यांमधील पाणी नियंत्रणाशी संबंधित अशा व्यायामाची उपयुक्तताही त्यामुळे वाढते.

सांध्यांच्या हालचालींमुळे सांध्यांच्या मधल्या रिकाम्या जागेत निर्वात जागा निर्माण होते. त्यामुळे पाणी हाडांत आणि कूर्चांमध्ये ओढलं जातं. अशा तऱ्हेने सांध्याच्या कूर्चांमध्ये बंदिस्त झालेलं पाणी

सांध्यांच्या सामान्य कार्यात पाण्याची भूमिका

चांगला पाणीपुरवठा झालेला सांधा

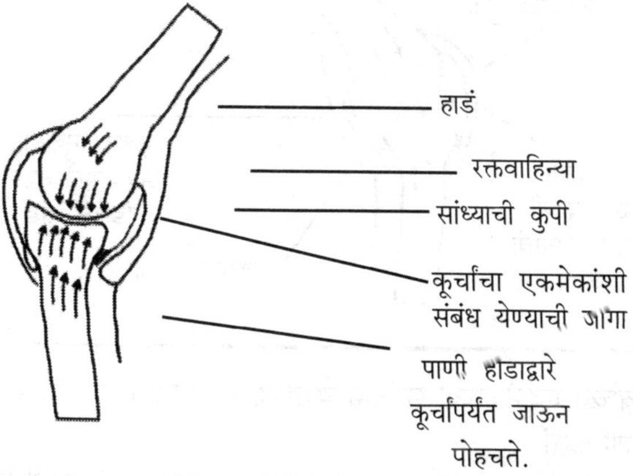

कमी पाणीपुरवठा झालेला सांधा

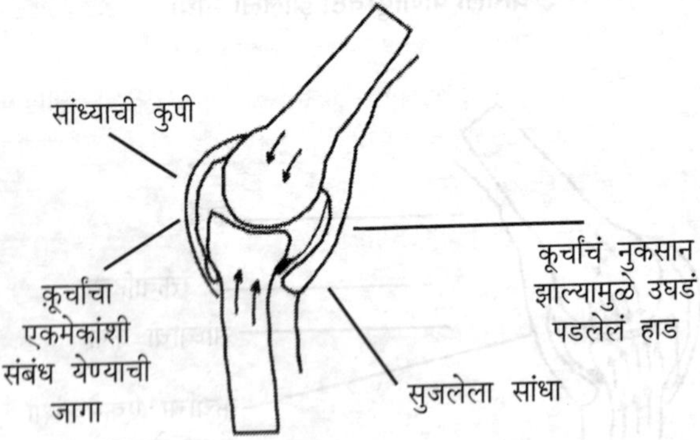

सांध्यांच्या एकमेकांच्या संबंधात येणाऱ्या पृष्ठभागाचं घर्षणापासून संरक्षण करतं.

पाठीचं दुखणं मागे लागू नये म्हणून योग्य आणि नियमित व्यायाम करणं आणि योग्य प्रकारे उभं राहणं किंवा बसणं हे आवश्यक आहे. योग्य आणि नियमित व्यायाम आणि योग्य पोस्चर (Posture) ह्यांच्यामुळे जे फायदे होतात त्यांना अधिक पाणी पिण्यामुळे पुष्टी मिळते.

तणाव आणि नैराश्य

तणाव ही संज्ञा कुठल्याही भावनिक, शारीरिक, सामाजिक किंवा इतर घटकांना दिली जावी अशी अपेक्षा असते अशा प्रतिसादांना किंवा बदलाला उद्देशून वापरली जाते. निर्जलीकरण हासुद्धा एक प्रकारचा तणावच आहे. ह्या तणावाशी सामना करायला शरीराची राखीव शक्ती उद्युक्त केली जाते. परिणामतः शरीरांतील पाण्याचा राखीव साठाही ह्या कामासाठी वापरला जातो. अशा तऱ्हेने निर्जलीकरणामुळे तणाव वाढतो आणि तणावामुळे अजून निर्जलीकरण होतं.

नैराश्य ही संज्ञा मनाच्या एका विचित्र अवस्थेला उद्देशून वापरली जाते. ह्या अवस्थेत माणसाला दुःख, आपण लोकांना नकोसे झालो आहोत, आपली काही किंमत राहिली नाही असं वाटणं, रिकामपणा आणि अतिशय निराशा ह्या भावना नको एवढ्या प्रमाणात जाणवू लागतात. ह्या भावनांचा वास्तव परिस्थितीशी काही संबंध नसतो. त्या अयोग्य असतात आणि त्या त्या माणसाला त्या फार अधिक प्रमाणांत जाणवत असतात. मेंदूमध्ये पाण्याचं प्रमाण कमी झाल्यामुळे नैराश्य उद्भवतं. मेंदूमध्ये असलेल्या पाण्यापासून मेंदू विद्युत् ऊर्जा निर्माण करत असतो. मेंदूला कमी पाणी पुरवठा झाल्यामुळे ह्या विद्युत ऊर्जेची निर्मिती कमी होते. त्यामुळे ह्या प्रकारच्या ऊर्जेवर अवलंबून असणारी

मेंदूची कार्यं अकार्यक्षमतेने चालू लागतात. मेंदूच्या सामान्य कार्यावर जेव्हा अशा तऱ्हेने परिणाम होतो तेव्हा नैराश्याची परिस्थिती उद्‌भवू शकते.

पाण्याच्या नियंत्रणावर नैराश्याचे काय परिणाम होतात?

कुठल्याही प्रकारच्या तणावामुळे शरीरांत वेगवेगळ्या संप्रेरकांचा स्राव सुरू होतो. मनावरचा ताण कमी होईपर्यंत बऱ्याच तीव्र स्वरूपाचा असा ह्या संप्रेरकांचा स्राव सुरू राहतो. वेगवेगळ्या प्रकारच्या ताणांमध्ये शरीर फरक करू शकत नाही. त्यामुळे निर्जलीकरण झाल्यामुळे संप्रेरकांचा स्राव अधिक प्रमाणांत होऊ लागतो. कुठल्याही प्रकारच्या तणावामुळे ज्या संप्रेरकांचा मोठ्या प्रमाणांत स्राव सुरू होतो त्यांचा तपशील पुढीलप्रमाणे :

एन्डॉर्फिन्स (Endorphins) : पिचुइटरी ग्रंथी (Pituitary Gland) ह्या नावाच्या मेंदूतील एका छोट्या ग्रंथीतून हे संप्रेरक स्रवत असतात. वेदना कमी करण्यासाठी त्यांचा मज्जासंस्थेला उपयोग होत असतो. एन्डॉर्फिन्सचा स्राव जर अतिरिक्त प्रमाणांत झाला तर त्यांचा शरीरांतील वेदनेच्या प्रतिक्रियेवर उलटा परिणाम होऊ शकतो.

कॉर्टिसोन (Cortisone) : कॉर्टिसोन हे यकृतामध्ये निर्माण केलं जाणारं एक रासायनिक संयुग आहे. ह्याची निर्मिती कृत्रिमरित्याही केली जाते. आणीबाणीच्या प्रसंगी अधिक ऊर्जा निर्मितीसाठी कॉर्टिसोन चरबीयुक्त पदार्थांच्या आणि प्रथिनांच्या विघटनाचं आणि स्नायूंना वापरता यावं म्हणून नवीन प्रथिनांच्या आणि रासायनिक पदार्थांच्या

निर्मितीचं काम सुरू करतं. अशा तऱ्हेने कॉर्टिसोन शरीरांतील थोड्या राखीव साठ्याचा वापर सुरू करतं. त्यामुळे दीर्घ काळपर्यंत कॉर्टिसोन घेत राहिलं तर शरीरांतील विशिष्ट राखीव साठा कमी होऊ शकतो.

प्रोलॅक्टिन (Prolactin) : प्रोलॅक्टिन हा पिचुइटरी ग्रंथीमधून स्रवणारा एक संप्रेरक आहे. बाळंतपणानंतर स्त्रीला निर्जलीकरण झालं असलं किंवा मनावर ताण आल्यामुळे निर्जलीकरण झालं असलं तरी ती पुरेशा दुधाचं उत्पादन करू शकेल ह्याची काळजी प्रोलॅक्टिन घेत असतं. अशा तऱ्हेने तणावाच्या किंवा निर्जलीकरणाच्या परिस्थितीत आईच्या दुधांतील पाण्याचा अंश कायम राहावा म्हणून प्रोलॅक्टिनचं अधिक उत्पादन केलं जातं.

उंदरांवर केलेल्या संशोधनामध्ये असं आढळून आलं आहे की बराच काळपर्यंत प्रोलॅक्टिनचं अधिक उत्पादन सुरू राहिलं तर छातीमध्ये गाठी होतात. त्यामुळे काही वैद्यकीय तज्ज्ञांना असं वाटतं की ज्या स्त्रियांमध्ये जुनाट निर्जलीकरणामुळे प्रोलॅक्टिनचं उत्पादन अधिक होत असतं त्यांना छातीमध्ये गाठी होण्याचा धोका अधिक असतो.

व्हॅसोप्रेसिन (Vasopressin) : व्हॅसोप्रेसिन हा पिचुइटरी ग्रंथीमधून स्रवणाऱ्या संप्रेरकांपैकी एक आहे. महत्त्वाच्या इंद्रियांना त्यांच्या गरजेप्रमाणे किती पाणी पुरवावं ते ठरवणं आणि त्याप्रमाणे ते पुरवणं हे काम हा संप्रेरक करत असतो. शरीरांत जेव्हा निर्जलीकरणाची परिस्थिती निर्माण होते तेव्हा शरीरांतील इतर पेशींच्या तुलनेत मज्जापेशींकडून व्हॅसोप्रेसिनची अधिक निर्मिती होत असते.

पाण्याच्या नियंत्रणावर मद्याचा काय परिणाम होतो?

मद्याचा पाणी नियंत्रणावर वाईट परिणाम होतो त्याची दोन प्रमुख कारणं आहेत : अ. त्यामुळे व्हॅसोप्रेसिनचं उत्पादन कमी होतं आणि ब. त्याच्यामुळे शरीराच्या काही भागांत पाण्याचा तीव्र तुटवडा होऊ शकतो.

मद्यामुळे पिचुइटरी ग्रंथीमधून होणारी व्हॅसोप्रेसिनची निर्मिती दबली जाते. शरीरांतील पाण्याचा तुटवडा भरून काढण्यासाठी शरीराची जी नैसर्गिक यंत्रणा असते तिच्यावर व्हॅसोप्रेसिनच्या कमी उत्पादनामुळे वाईट परिणाम होऊ शकतो. त्यामुळे तणावांत भर पडते आणि एन्डॉर्फिन्ससारख्या इतर संप्रेरकांचा स्राव अतिरिक्त प्रमाणांत होऊ लागतो. हे संप्रेरक नैसर्गिकरित्या सवय लावणारे असतात.

मद्य आणि कॅफीनयुक्त पदार्थ (कॉफी, कोला पेयं वगैरे) नेहमी घेत राहिल्यास त्यांचा परिणाम शरीराच्या काही भागांमध्ये जुनाट निर्जलीकरण निर्माण होण्यात होऊ शकतो. अशा परिस्थितीत एखाद्या चेतातंतूला जेव्हा अधिक पाण्याची गरज भासते तेव्हा त्याच्याभोवतालचं रक्ताभिसरण वाढतं. वाढलेल्या रक्ताभिसरणामुळे चेतातंतूच्या अस्तरांतील पेशींमधून अधिक हिस्टॅमिन स्रवू लागतं. अशा तऱ्हेने बराच काळपर्यंत हिस्टॅमिनचं अधिक उत्पादन सुरू राहिलं तर सूज येण्यासारखी प्रतिक्रिया होऊन पेशींच्या अस्तराला नुकसान पोचू शकतं. हे नुकसान दुरूस्त करण्याचा वेग जेव्हा प्रत्यक्ष नुकसानापेक्षा कमी होतो तेव्हा चेतातंतूचे (मज्जासंस्थेचे) आजार सुरू होतात.

■

उच्च रक्तदाब (High Blood Pressure)

शरीराच्या काही भागांमध्ये जेव्हा पाण्याचा तुटवडा होतो तेव्हा शरीरांतील पाण्याचा तुटवडा भरून काढणारी शरीराची यंत्रणा पेशींमध्ये असलेल्या पाण्यांतून सहासष्ट टक्के पाणी घेते, पेशीच्या बाहेर असलेल्या पाण्यांतून सव्वीस टक्के घेते आणि रक्त साठ्यांतून आठ टक्के घेते. रक्ताचा साठा कायम राहावा म्हणून काही केशवाहिन्या (Capillaries) बंद होतात आणि त्यांच्यांतील पाणी रक्तांत सोडलं जातं. अशा तऱ्हेने शरीराच्या वेगवेगळ्या भागांतील केशवाहिन्यांमध्ये जे कार्य चालू असतं त्यावर अवलंबून शरीरांत किती रक्त वाहणार ते ठरत असतं. केशवाहिन्या बंद झाल्यामुळे त्यांच्यांतून वाहणाऱ्या रक्ताला अवरोध होऊ लागतो. ह्या अवरोधामुळे उच्च रक्तदाब निर्माण होतो.

इथे हे लक्षांत ठेवणं आवश्यक आहे की नुसतं अधिक पाणी प्यायल्यामुळे उच्च रक्तदाब रोखला जाऊ शकत नाही. किंवा त्याचं नियंत्रणही होत नाही. ह्याचं कारण असं की तो होण्याला इतरही कित्येक महत्त्वाचे घटक जबाबदार असतात. पुरेसं पाणी प्यायलं तर उच्च रक्तदाब होणं काहीसं लांबणीवर पडेल किंवा त्याची तीव्रता कमी होईल. उच्च रक्तदाबामध्ये केशवाहिन्यांची भूमिका

उच्च रक्तदाबामध्ये केशवाहिन्यांची भूमिका

जुनाट निर्जलीकरणामध्ये पाणी नियंत्रणासाठी तुटवडा भरून काढणारी शरीराची यंत्रणा

काही पेशींमध्ये असलेल्या पाण्यांतून ६६% पाणी कमी होतं.

पेशींच्या बाहेर असलेल्या पाण्यांतून २६% पाणी घेतलं जातं.

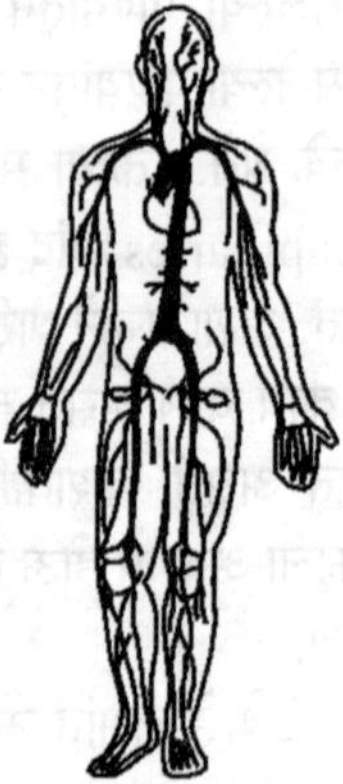

केशवाहिन्यांच्या जाळ्यांतून ८% पाणी घेतलं जातं.

पाण्याचा हा तुटवडा भरून काढण्यासाठी केशवाहिन्या बंद होतात.

केशवाहिन्या बंद झाल्यामुळे रक्ताच्या प्रवाहाला अडथळा निर्माण होतो आणि उच्च रक्तदाबाची सुरूवात होते.

आकृतीमध्ये दाखवल्याप्रमाणे असते. ■

रक्तातील उच्च कोलेस्टेरॉल
(High Blood Cholesterol)

रक्तातील कोलेस्टेरॉल वाढलंय् ह्याचा अर्थ असा की शरीरांतील पेशींची त्यांच्या आवरणांतून पाण्याचा प्रवाह चालू ठेवण्याची क्षमता नाहीशी झाली आहे. ह्याचं कारण असं की कोलेस्टेरॉल हे पेशींच्या आवरणांतील मोकळ्या जागा भरणारं नैसर्गिक सिमेंट असतं आणि त्याच्यामुळे पाणी आतबाहेर जायला प्रतिबंध होत असतो. काही वैद्यकीय तज्ज्ञांचं असं मत आहे की पेशींच्या आवरणांत जमणारे कोलेस्टेरॉलचे अतिरिक्त थर म्हणजे पेशींचं निर्जलीकरणापासून संरक्षण करणारी नैसर्गिक यंत्रणा असते. ह्याचं कारण असं की निर्जलीकरणामध्ये पाण्याचा पेशीच्या आवरणाला एकत्र धरून ठेवण्यासाठी चिकट अस्तर तयार करण्याचा सामान्य गुणधर्म नाहीसा झालेला असतो.

जठर आणि आतड्यांमध्ये पचन झालेले घन अन्नपदार्थ आणखी रासायनिक प्रक्रिया करण्यासाठी यकृताकडे पाठवले जातात. पचनक्रियेच्या शेवटी यकृतांत तयार झालेले पदार्थ रक्तावाटे हृदय आणि फुफ्फुसांत प्रवेश करतात. नंतर ते तिथून रक्तावाटेच्च शरीराच्या सर्व भागांकडे पाठवले जातात.

आकृतीमध्ये रक्ताची तीव्रता राखण्यामध्ये महत्त्वाच्या इंद्रियांची

रक्ताची तीव्रता राखण्यामध्ये महत्त्वाच्या इंद्रियांची भूमिका

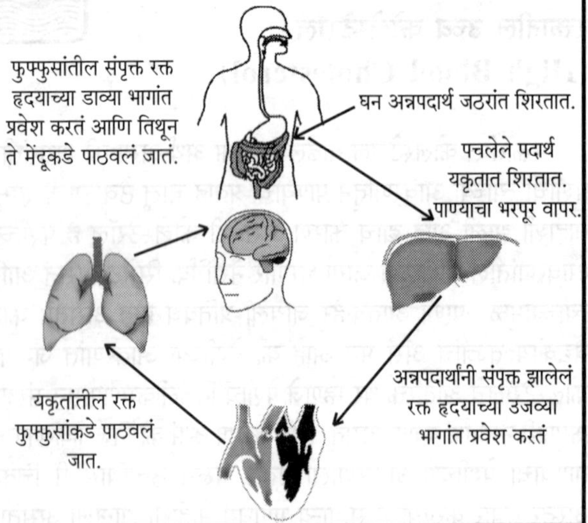

पुरेसं पाणी प्यायलं तर उच्च रक्तदाब होणं काहीसं लांबणीवर पडेल किंवा त्याची तीव्रता कमी होईल.

भूमिका काय असते ते आणि निर्जलीकरणाच्या परिस्थितीत शरीर कोलेस्टेरॉलचा आधार का घेतं ते दाखवलेलं आहे. कित्येक आठवडे दररोज आपण वाढीव पाणी पीत राहिलो तर पेशींमधील पाण्याचं

प्रमाण सामान्य होऊ लागतं. अशा तऱ्हेने पेशीच्या आवरणांतून सुरू असलेला पाण्याचा प्रवाहही सामान्य होऊ लागतो. परिणामतः पेशीच्या आवरणांतून सुरू असलेल्या पाण्याच्या प्रवाहाला अडथळा म्हणून उभारलेल्या कोलेस्टेरॉलच्या संरक्षक यंत्रणेची गरज हळूहळू कमी होत जाते. त्यामुळे शरीर कोलेस्टेरॉलची कमी निर्मिती करू लागतं.

■

स्थूलपणा (Obesity)

मेंदूची सामान्य कार्य सुरू राहण्यासाठी उपलब्ध असलेली ऊर्जा पातळी कमी होऊ नये ह्याबाबतीत मेंदू फार संवेदनशील असतो. ऊर्जा पातळी कमी झाली की आपल्याला भूक आणि तहानेची भावना जाणवते. सामान्यत: साठवलेल्या मेदांतून, चरबीतून आवश्यक ती ऊर्जा मिळवण्यासाठी संप्रेरकांची गरज असते. ह्या प्रक्रियेला थोडा वेळ लागतो आणि मेंदूला तर ऊर्जेची तातडीची गरज असते. त्यामुळे मेंदू ऊर्जेसाठी रक्तांतील साखरेवर अवलंबून राहतो. विद्युत् प्रवाह निर्माण करण्यासाठी आणि शरीराच्या वेगवेगळ्या भागांत संदेश पोचवण्यासाठी मेंदू पाण्याचाही वापर करतो. त्यामुळे मेंदूला ऊर्जेची निकडीची गरज आहे हे दर्शवण्यासाठी तहान आणि भुकेची भावना दोन्ही एकदम जाणवतात. जेवणाआधी पुरेसं पाणी प्यायलं तर तहानेची तीव्रता कमी होते आणि गरजेपेक्षा अधिक खाणं टाळलं जाऊ शकतं. पाणी जर कमी प्यायलं गेलं तर आपल्याला 'भुके'ची भावना अधिक जाणवून मेंदूला आवश्यक असलेली साखर पुरवण्यासाठी आपण एकसारखं थोडंथोडं अन्न खात राहण्याची शक्यता असते.

अन्नामध्ये असलेल्या ऊर्जेपैकी फक्त वीस टक्के ऊर्जाच मेंदूपर्यंत पोचते हे लक्षांत ठेवणं गरजेचं आहे. अन्नामधील जी ऊर्जा शरीराच्या

कोणत्याही भागाकडून वापरली जात नाही तिचा संचय केला जातो. दुसरं म्हणजे, मेंदूने जर पाण्याकडून अधिक ऊर्जा मिळवली तर न वापरलेलं पाणी लघवीच्या रूपाने शरीराबाहेर टाकलं जातं. अशा तऱ्हेने, वजन वाढण्याचा धोका मोठ्या प्रमाणांत कमी होतो.

■

दमा आणि ॲलर्जी (Asthma & Allergies)

दमा हा श्वसनसंस्थेचा एक आजार आहे. ह्यामध्ये श्वसनांत अडथळे येणं, हवेचा मार्ग चिमटला गेल्यामुळे शिंका येणं, खोकला येणं आणि नाकांतून आणि तोंडांतून घट्ट कफ पडणं ह्या प्रकारांचा समावेश होतो. बहुतेक वेळा हे सगळं ॲलर्जीमुळे होत असतं. ज्या लोकांना दमा असतो त्यांच्या फुफ्फुसांतील हिस्टॅमिनची पातळी वाढलेली असते. त्यामुळे श्वसनमार्गाचं आकुंचन होतं. पाण्याचा तुटवडा असताना फुफ्फुसांची मदत होत असल्यामुळे श्वसनमार्गाच्या आकुंचनाने पाणी शरीराबाहेर जाण्याला प्रतिबंध होतो. ही प्रतिक्रिया म्हणजेदेखील निर्जलीकरणाच्या परिस्थितीत पाण्याचा तोटा रोखणारी संरक्षक यंत्रणाच असते.

रोगाला कारणीभूत ठरणाऱ्या गोष्टींना विरोध करणारी शरीराची नैसर्गिक संरक्षक यंत्रणा म्हणून हिस्टॅमिनसुद्धा शरीरांत महत्त्वाची भूमिका बजावत असतं. जेव्हा हिस्टॅमिनची पातळी वाढते तेव्हा संरक्षक यंत्रणासुद्धा अतिशय सतर्क होते. प्राण्यांवर केलेल्या काही संशोधनांमध्ये असं आढळून आलं आहे की एक ते चार आठवड्यांपर्यंत पाण्याचं व्यवस्थित नियंत्रण करून अधिक पाणी प्यायलं गेलं तर

हिस्टॅमिनची निर्मिती कमी होते. अशा वेळी ॲलर्जीची प्रतिक्रिया होण्याचा धोका कमी होतो. त्यामुळेच काही वैद्यकीय तज्ज्ञांना असं वाटतं की पुरेसं पाणी प्यायलं तर दमा नियंत्रणाखाली येऊ शकेल.

अधिक पाणी प्यायल्यामुळे दमा लगेच नियंत्रणाखाली येत नाही हे इथे लक्षांत ठेवणं महत्त्वाचं आहे. काही आठवडे दररोज सुमारे दहा ग्लास पाणी पीत राहिलं तर शरीराच्या सर्व पेशींना पुरेसा पाणीपुरवठा होईल. त्यानंतरच मग पाण्याच्या रोग बरा करण्याच्या शक्तीचा अनुभव येण्याची शक्यता आहे.

आपल्याला दररोज किती पाण्याची गरज असते?

शरीराच्या सर्व अवयवांचं सामान्य कार्य चालू ठेवण्यासाठी प्रत्येक व्यक्तीने नेमकं किती पाणी प्यावं ते सांगणं फार कठीण आहे. कारण शरीराला किती पाण्याची गरज आहे हे वय, हवामान, ऋतू शारीरिक क्रियाशीलता, घेत असलेल्या अन्नाचा प्रकार, जेवण बनवताना वापरलेले मसाले आणि इतर पूरक पदार्थ, अन्नातील पाण्याचं प्रमाण, त्यांतील मिठाचं प्रमाण इत्यादि अनेक घटकांवरून ठरत असतं.

सामान्यत: आपल्या शरीराच्या गरजेपैकी दोन तृतीयांश पाणी हे आपल्याला जेवणांतून मिळत असतं. शरीराची उरलेली एक तृतीयांश गरज भागवण्यासाठी आपण रोज आठ ते दहा ग्लास पाणी प्यायला हवं असं काही वैद्यकीय तज्ज्ञ सुचवतात. आपण जेव्हा दमलेले असतो किंवा/आणि जेव्हा आपल्याला भरपूर घाम येत असतो तेव्हाही

आपण अधिक पाणी पिणं आवश्यक असतं.

पाणी कधी पिऊ नये ते जाणून घेणंही महत्त्वाचं आहे. जेवताना पाणी पिणं शक्यतो टाळावं, कारण त्यामुळे अन्न चावण्याच्या आणि लाळ स्त्रवण्याच्या प्रक्रियेवर वाईट परिणाम होतो. पाणी प्यायल्यापासून पाच ते दहा मिनिटांच्या आत ते जठरांतून पुढे जातं, आणि त्यामुळे त्याच्याबरोबर काही अन्नही जठरांतून पुढे जाण्याची शक्यता असते. त्यामुळे अन्नपचनावर त्याचा वाईट परिणाम होऊ शकतो. पाण्यामुळे पोटांतील पाचक रसही पातळ होतात आणि त्यामुळे अपचन होऊ शकतं. त्यामुळे रिकाम्या पोटी, जेवणानंतर तीन तासांनी किंवा जेवणाआधी एक ते दीड तास पाणी प्यावं.

आपण हवं तेवढं पाणी पितो आहोत की नाही ते ठरवण्यासाठी लघवीचा रंग तपासून पाहणं हा एक खात्रीचा मार्ग आहे. लघवीचा रंग जर पांढरा असेल तर त्याचा अर्थ शरीराच्या सर्व भागांना पुरेसं पाणी मिळतंय असा होतो. पण लघवीचा रंग जर पिवळटसर असेल तर त्याचा अर्थ असा होतो की रक्तांत पाणी कमी झाल्यामुळे शरीरांतील टाकाऊ पदार्थ बाहेर टाकण्यासाठी मूत्रपिंडांना अधिक काम करावं लागत आहे.

पाणी कसं प्यावं?

बहुतेक लोकांची प्रवृत्ती पाणी मोठमोठ्या घोटांत पिण्याची असते. निसर्गोपचाराचा असा सल्ला आहे की 'तुम्ही पाणी खा आणि

घन पदार्थ प्या.' ह्याचा अर्थ असा की आपण पाणी घोटाघोटाने प्यायला पाहिजे आणि ते लाळेबरोबर मिसळण्यासाठी तोंडांत 'चावलं' पाहिजे. पाणी किंवा इतर कुठलीही पेयं पिण्यासाठी काडीचा (Straw) नियमित वापर करणं टाळा.

पाण्याऐवजी इतर पेयं प्यायली तर चालतं का?

नाही, खरं म्हणजे पाण्याला दुसरा पर्याय नाही. चहा, कॉफी, वायूमिश्रित पेयं (Aerated Drinks) किंवा मद्य हे काही पाण्याला योग्य असे पर्याय होऊ शकत नाहीत.

ह्या पदार्थांमध्ये पाणी असतं हे जरी खरं असलं तरी त्यामध्ये निर्जलीकरणाला कारणीभूत ठरणारे इतर पदार्थही असतात.

परिणामत: शरीर ह्या पेयांमधील पाणी बाहेर टाकतंच, पण त्याचबरोबर शरीराच्या राखीव साठ्यांतील काही पाणीही बाहेर टाकलं जातं. वायूमिश्रित पेय आणि फळांचे रस नेहमी घेत राहिलं तर ही पेय उपलब्ध नसतानाही पाणी पिण्याची आपली इच्छा आपोआप दाबली जाते.

पिण्यासाठी सर्वांत चांगलं पाणी कुठलं?

निसर्गोपचारांत असं सांगितलेलं आहे की ज्या शुद्ध पाण्यांत खनिजं मिसळलेली नाहीत ते पिण्यासाठी सर्वांत चांगलं असतं. कारण पाण्यांत असलेली खनिजं शरीर एकतर नाकारतं किंवा शरीराच्या कुठल्यातरी भागांत त्यांचा साठा करून ठेवतं. त्यामुळे आरोग्य बिघडू शकतं. पण नैसर्गिक स्रोतांपासून मिळालेल्या पाण्यांत जी खनिजं असतात ती मात्र शरीराला उपकारकच ठरतात. कारण काही ठराविक परिस्थितीत त्यांची चांगली प्रतिक्रिया होते आणि अन्नांतील खनिजांकडेही ती आकर्षिली जातात.

पिण्याच्या पाण्याच्या तापमानाचा आरोग्यावर काही परिणाम होतो का?

होय, सामान्य आरोग्य राखण्यासाठी आपण जे पाणी पितो त्याचं तापमानही विचारांत घेणं महत्त्वाचं आहे.नैसर्गिक स्रोतांपासून मिळणारं थंड पाणी (रेफ्रिजरेटरमध्ये किंवा बर्फाच्या सहाय्याने थंड केलेलं नाही) हे पिण्यास योग्य असतं ह्याची सहा प्रमुख कारणं आहेत.

थंड पाणी

१. शरीराचं तापमान खाली आणतं.

२. रक्त आवश्यक तेवढं पातळ करून सौम्य करतं.

३. त्वचेतून 'बाष्पीभवना'वाटे टाकाऊ विषारी पदार्थांच्या उत्सर्जनाला चालना देतं.

४. मूत्रपिंडांच्या सामान्य कार्याला उत्तेजन देतं. त्यामुळे लघवीमधून टाकाऊ विषारी पदार्थ वेगाने बाहेर टाकले जातात.
५. आतड्यांमधील पचलेल्या अन्नाच्या हालचालीला चालना देतं. त्यामुळे मल मऊ होऊन त्याचं उत्सर्जन करणं शरीराला अधिक सोपं जातं.

गरम पाण्याचे घोट घेण्याचेही अनेक फायदे आहेत. उदाहरणार्थ, गरम पाणी प्यायल्याबरोबर जठराचं आतील अस्तर लगेच उत्तेजित होतं आणि त्यांतील रक्तवाहिन्या आकुंचन पावतात. परिणामतः जठराच्या आतील अस्तरांतील रक्ताभिसरण कमी होतं. त्यामुळे जठरांत आम्ल स्रवणाऱ्या ग्रंथींची क्रियाशीलता कमी होते. त्यामुळे जठरांत अतिरिक्त आम्ल स्रवून उद्‌भवणाऱ्या धोक्यांपासून आपला बचाव होतो.

गरम पाण्यामुळे पोट स्वच्छ होतं, जळजळीपासून, तीव्र अपचनापासून, उलट्यांपासून, पोटदुखीपासून, करपट ढेकरांपासून आणि पोट दब्ब होण्यापासून सुटका मिळते. ज्यांना पोटांतील व्रणांचा त्रास आहे त्यांनी मात्र गरम पाणी पिऊ नये. गरम पाणी हे नेहमी घोटाघोटाने प्यावं, एकदम पिऊ नये हे लक्षांत ठेवणं महत्त्वाचं आहे.

हैड्रोथेरपी (Hydrotherapy- पाण्याची उपचार पद्धती) म्हणजे काय?

डोकेदुखी, मलावरोध, उच्च रक्तदाब इत्यादि विकारांवर जेव्हा

पाणी पिऊन किंवा त्याचा बाहेरून वापर करून उपचार केले जातात तेव्हा त्या उपचारांना हैड्रोथेरपी किंवा पाण्याची उपचारपद्धती असं म्हटलं जातं.

पाण्याच्या उपचारपद्धतीमध्ये पाण्याचा वापर केला जातो त्याची तीन प्रमुख कारणं आहेत.

१. पाण्यांत उष्णता शोषून घेण्याची आणि ती दुसऱ्या पदार्थांना देण्याची प्रचंड शक्ती आहे.
२. पाणी हा वैश्विक द्रावक (Solvent) आहे. ह्याचा अर्थ असा की त्यामध्ये इतर बहुतेक सगळे पदार्थ विरघळतात; आणि
३. पाण्याचं बर्फ म्हणून घन पदार्थांत आणि वाफ म्हणून वायुरूपांत सहजी रूपांतर करता येतं.

रोगांवर किंवा आजारामध्ये उपचार म्हणून पाण्याचा वापर कसा केला जातो?

रोगांवर किंवा आजारामध्ये उपचार म्हणून आणि सामान्य आरोग्य राखण्यासाठी म्हणून पाण्याचा वापर अनेकविध प्रकारे केला जातो. त्यापैकी काही पुढीलप्रमाणे :

तापमान : आरोग्याच्या वेगवेगळ्या प्रश्नांसाठी वेगवेगळ्या तापमानाचं पाणी वापरलं जातं. उदाहरणार्थ, थंड पाणी, कोमट किंवा उदासीन पाणी आणि गरम पाणी.

पॅक्स : थंड पॅक्स, गरम पॅक्स, संपूर्ण शरीराचे पॅक्स आणि

शरीराच्या काही भागांसाठी पॅक्स अशा वेगवेगळ्या प्रकारे पाण्याचा वापर केला जातो.

स्नान : निसर्गोपचारांत स्नानाचे चार वेगवेगळे प्रमुख प्रकार सांगितलेले आहेत. ते पुढीलप्रमाणे :

१. ह्यामध्ये संपूर्ण शरीर पाण्यांत बुडवलं जातं. ह्याला डुबकी स्नान असं म्हणता येईल.

२. सिट्झ स्नान, ज्यामध्ये फक्त नितंब हे साध्या किंवा मिठाच्या पाण्यात बुडवले जातात

३. वाफेमध्ये किंवा गरम हवेमध्ये स्नान केल्यामुळे येणाऱ्या घामाचं स्नान

४. ब्राइन स्नान (Brine Bath), गंधक (Sulphur) स्नान, फोम (Foam) स्नान इत्यादिंसारखं औषधी स्नान

डुशे (Douche) : पाणी हे पिचकाऱ्या व डूशे म्हणूनही वापरलं जातं. एखादं औषध किंवा स्वच्छता करणारा पदार्थ कोमट पाण्यांत मिसळून थोड्याशा दाबाखाली योनीमार्गात सोडला जातो तेव्हा त्या प्रक्रियेला डूशे असं म्हणतात.

पाणी पिणे : सामान्य आरोग्य चांगलं राखण्यामध्ये आणि रोगाचा सामना करण्यामध्ये पाणी नुसतं पिणं हेही महत्त्वाची भूमिका बजावत असतं. नैसर्गिकरित्या थंड असलेलं पाणी प्यायलं तर त्याचा शरीरावर शक्तिवर्धकासारखा (टॉनिक - Tonic) परिणाम होतो. ताप कमी करण्यासाठी बर्फाचं थंडगार पाणी शरीरावर बाहेरून लावलं

जातं. पाणी पिणं म्हणजे शरीराच्या अंतर्गत अवयवांची आंघोळच असते. त्यामुळे रक्त आवश्यक तेवढं पातळ आणि शुद्ध होतं. आधी उल्लेखल्याप्रमाणे पाणी मूत्रपिंडांना क्रियाशील करून लघवीचं प्रमाण वाढवतं आणि अशा तऱ्हेने शरीरांतील टाकाऊ पदार्थ बाहेर टाकायला मदत करतं. पाणी अधिक प्रमाणांत प्यायल्यामुळे पचलेल्या अन्नांतील ऊर्जा देणारे आणि पौष्टिक पदार्थ शरीराच्या इतर भागांपर्यंत वाहून नेले जाण्याच्या कार्यांत रक्ताला मदत होते. पाण्यामुळे रक्ताभिसरण आणि लसिकेचं अभिसरण वाढतं आणि शरीरांतील बहुतेक ग्रंथींचं सामान्य कार्य सुरू राहण्यास मदत होते.

दररोज नेहमीपेक्षा अधिक पाणी केव्हा प्यायला पाहिजे?

वर दिलेल्या आरोग्याच्या प्रश्नांखेरीज पुढे दिलेल्या परिस्थितींमध्ये नेहमीपेक्षा अधिक पाणी प्यायलं तर त्याचा फायदा दिसून येतो.

सूज (Hydrops) : ज्यांच्या शरीरावर सूज असेल अशांनी सकाळी आणि संध्याकाळी दोन ते तीन लिटर्स पाणी प्यावं. अशा लोकांच्या शरीराच्या काही भागांमध्ये पाण्यासारखा स्वच्छ द्राव अधिक प्रमाणांत साठून राहतो. ह्या विकाराला पूर्वी ड्रॉप्सी (Dropsy) असं नाव होतं. खूप अधिक प्रमाणांत पाणी प्यायल्यामुळे लघवीचं प्रमाण वाढतं आणि त्यामुळे हा साठून राहिलेला द्राव कमी होतो. ह्या विकारांत हे लक्षांत ठेवणं आवश्यक आहे की तुम्ही कुठल्याही प्रकारचं अन्न खात असलात तरी दिवसा पाणी पिऊ नये. रक्ताचं

विशिष्ट गुरुत्वाकर्षण वाढण्यासाठी हे करावं लागतं. वाढलेल्या विशिष्ट गुरुत्वाकर्षणामुळे मूत्रपिंडांद्वारे आणि त्वचेद्वारे खूप वेगाने पाणी बाहेर टाकलं जातं.

शरीरांतील रक्ताचं प्रमाण वाढवण्यासाठी : शरीरांतील रक्ताचं प्रमाण वाढवण्यासाठी आपल्याला खूप जास्त पाणी पिण्याची आवश्यकता असते. दिवसभरांत थोड्या थोड्या वेळाने जास्तीत जास्त पाऊण ते एक कप पाणी एकसारखं प्यावं. हे एका वेळी एकशेतीस ते एकशेऐंशी मिलिलिटर्स एवढं पाणी होतं.

ताप : ताप आल्यावर आपल्या शरीरांतून त्वचेवाटे बाष्पीभवनाने बरंच पाणी बाहेर निघून जात असतं. हा तोटा भरून काढण्यासाठी ताप आलेला असताना दर तासाला एक ग्लासभर तरी पाणी प्यावं. बाष्पीभवनामुळे शरीरांतून उष्णता निघून जाते आणि शरीर थंड राहतं. शरीराचा चयापचय (Metabolism) वेगही त्यामुळे कमी होतो, उष्णता निर्माण होण्याचं प्रमाण कमी होतं आणि शरीरांतील टाकाऊ पदार्थ बाहेर टाकण्याचा वेग वाढतो.

मूत्रमार्गाचा संसर्ग : मूत्रमार्गाच्या संसर्गांत अधिक पाणी प्यायल्यामुळे लघवीचं प्रमाण वाढतं. त्यामुळे संसर्ग वेगाने बाहेर उत्सर्जित करायला मदत होते.

संधिवात (Rheumatism) : संधिवात ही संज्ञा वेगवेगळ्या परिस्थितीत उद्भवणाऱ्या आणि सांध्यांना, स्नायूंना, सांध्यांच्या अस्तराला येणाऱ्या सूजेला उद्देशून वापरली जाते. ह्यामुळे खूप वेदना होतात,

हालचालींवर बंधनं येतात आणि त्या त्या सांध्यांची किंवा स्नायूंची झीज होते. संधिवात झाल्यावर अधिक पाणी प्यायल्यामुळे रक्त पातळ होतं आणि त्यातील युरिक ॲसिडची (Uric Acid) पातळी कमी होते. रक्तांतील प्रथिनांचा चयापचय होत असताना आनुषंगिक उत्पादन (By-product) म्हणून युरिक ॲसिडचं उत्पादन होत असतं. ते लघवीतून शरीराबाहेर टाकलं जात असतं.

थंड पाण्याचे परिणाम काय असतात?

थंड पाणी हे त्वचेवर थेट, थंड पाण्यांत बुडवलेल्या कापडाची घडी ठेवून किंवा बर्फ लावून वापरलं जातं. थंड पाण्यामुळे त्वचेवर शक्तिवर्धकासारखा आणि उत्तेजक परिणाम होतो. थंड पाण्याचा हा परिणाम दोन पायऱ्यांमध्ये होत असतो.

अ. क्रिया : थंड पाणी त्वचेला लावल्याबरोबर ही होते. त्यामुळे त्वचेमध्ये तात्पुरते बदल होतात आणि ब. प्रतिक्रिया : थंड पाणी त्वचेवरून काढल्यानंतर ही होते. हिचे परिणाम दीर्घकालीन असतात. बहुतेक वेळा थंड पॅक परत लावेपर्यंत ते टिकतात. त्वचेला थंड पाणी लावल्यामुळे सात प्रमुख परिणाम होतात. ते पुढीलप्रमाणे :

१. त्वचेतील रक्तवाहिन्या प्रसरण पावतात.

२. त्वचा लालसर होते

३. त्वचा उबदार वाटते

४. चयापचयाचा वेग मंदावतो

५. नाडीचा वेग मंदावतो
६. श्वासोच्छ्वासाचा वेग मंदावतो
७. रक्तदाब कमी होतो.

गरम पाण्याचे परिणाम काय असतात?

गरम पाणी किंवा उष्णता ही फोमेंटेशन (Fomentation), गरम पाण्यांत बुडवलेल्या कापडाची घडी, गरम पाणी, त्याची वाफ किंवा गरम हवा ह्या प्रकारांनी वापरली जाते. गरम पाण्यामुळे गुंगी आल्यासारखा परिणाम होऊन (Sedation) रुग्ण शांत होतो, त्याच्या वेदना, कळा कमी होतात. ह्याचं कारण म्हणजे गरम पाण्याचा सेन्सरी- (Sensory) आणि मोटर-(Motor) चेतातंतूंवर परिणाम होत असतो. शरीराच्या बाहेरच्या भागांकडून मेंदूकडे किंवा मज्जारज्जूकडे (Spinal Cord) संदेश वाहून नेणाऱ्या चेतातंतूंना सेन्सरी चेतातंतू म्हणतात. मोटर चेतातंतू मेंदूचे किंवा मज्जारज्जूचे संदेश स्नायू किंवा शरीरांतील इतर पेशीसमूहांकडे (Tissues) वाहून नेण्याचे कार्य करत असतात.

गरम पाण्याच्या वापराचे इतर परिणाम म्हणजे स्थानिक तापमानांत, चयापचयाच्या वेगांत, प्राणवायूच्या शोषणांत, हृदयाच्या ठोक्यांत वाढ होणे आणि शरीरांतील रक्त वाढणे.

बऱ्याच लोकांना असं वाटतं की गरम पाणी प्यायल्यामुळे वजन कमी होतं. पण हे काही खरं नाही, कारण गरम पाण्यामुळे शरीरांतील

उष्मांक (कॅलरीज- Calories) काही अधिक वापरले जात नाहीत. वजन कमी करण्यासाठी शरीराच्या गरजेपेक्षा कमी उष्मांक असलेलं अन्न खाणं किंवा व्यायाम करून शरीरांतील अतिरिक्त उष्मांक जाळणं एवढा एकच उपाय आहे.

पाण्याचे पॅक्स म्हणजे काय?

कापडाच्या किंवा मलमलीच्या बऱ्याचशा घड्या थंड किंवा गरम पाण्यांत बुडवून त्यांचे पाण्याचे पॅक्स केले जातात. शरीराच्या कोणत्या भागासाठी त्यांचा वापर करायचा आहे त्यावर अवलंबून त्यांचा आकार ठरवला जातो. थंड आणि गरम पाण्याच्या पॅक्सचा परिणाम सारखाच असतो. पॅक्स वापरताना सुरूवातीची थंडपणाची भावना टाळण्यासाठी गरम पॅक्सचा वापर केला जातो.

पाण्याच्या पॅक्समुळे शरीराच्या अंतर्गत अवयवांमध्ये साठणारा द्राव कमी होतो, वेदना आणि कळा कमी होतात आणि सूज कमी होते. पाण्याचे पॅक्स पुष्कळ प्रकारचे असतात. त्यांचे प्रकार पुढीलप्रमाणे :

कंठ पॅक (Throat Pack) : घसा धरून आवाज घोगरा होणे, लॅरिंजायटिस (स्वरयंत्राचा संसर्ग), फॅरिंजायटिस (घशाचा संसर्ग), टॉन्सिलायटिस (टॉन्सिल्सचा संसर्ग), घसा धरणे, हायपोथायरॉइडिझम (थायरॉइड ग्रंथीची क्रियाशीलता कमी होणे) आणि हायपरथायरॉइडिझम (थायरॉइड ग्रंथीची क्रियाशीलता अधिक वाढणे) ह्या सर्व आजारांमध्ये

ह्या पॅकचा उपयोग होतो.

छातीचा पॅक (Chest Pack) : एम्फीसेमा (Emphysema -श्वसनसंस्थेची एक विकृती. ह्यामध्ये फुफ्फुसांच्या उतींचं स्थिती-स्थापकत्व नाहीसं होतं आणि वायू कमी होतात), प्लूरसी (Pleurisy- फुफ्फुसांच्या अस्तराला सूज येते आणि त्यामुळे श्वसनाला अडचण येऊन सुरी खुपसल्यासारख्या वेदना होतात), न्यूमोनिया (Pneumonia), ब्रॉन्कायटिस (Bronchitis), दमा आणि कफ पडणारा खोकला अशा फुफ्फुसांच्या सर्व प्रकारच्या विकृतींमध्ये हा पॅक वापरण्याचा सल्ला दिला जातो. छातीचा पॅक दिवसांत एक तासभर तरी वापरला तर त्याचा फायदा दिसून येतो.

पोटाचा पॅक (Abdominal Pack) : पोटांत वायू धरून पोट फुगणे (Flatulence), अपचन (Indigestion), आम्लपित्त (Acidity), पोटांतील किंवा आतड्याच्या सुरूवातीच्या भागातील व्रण (Ulcers), कावीळ, हेपटायटिस (Hepatitis), स्वादुपिंडाचा संसर्ग किंवा डायबेटिस मेलिटससारख्या यकृताच्या विकृती ह्या पोटाच्या सर्व तक्रारींमध्ये हा पॅक वापरण्याचा सल्ला दिला जातो. स्वादुपिंड हे इंद्रिय पोटाच्या वरच्या भागांत असतं. पाचक रस आणि इन्सुलिनसारखे तिनिध पदार्थ त्यातून स्त्रवत असतात. पोटाचा हा पॅक दररोज एक तासभर तरी वापरावा असं सांगितलं जातं.

कमरेसाठी पॅक (Girdle Pack) : स्त्रियांमध्ये पाळीच्या तक्रारींसारख्या गर्भाशयाच्या विकृती आणि लघवी साठून राहणं किंवा

मूत्रमार्गाची अकार्यक्षमता ह्यासारख्या मूत्राशयाच्या विकृतींमध्ये हा पॅक वापरण्याचा सल्ला दिला जातो.

संपूर्ण धडासाठी पॅक (Trunk Pack) : छातीचा पॅक, पोटाचा पॅक आणि कमेरचा पॅक हे सर्व संयुक्तरित्या एकत्रित वापरणे म्हणजेच संपूर्ण धडासाठी पॅक वापरणे.

सांध्यांचे पॅक्स (Joint Pack) : संधिवात, गाऊट(Gout), दीर्घकाळपर्यंत सुरू असलेल्या वेदना अशा सांध्यांच्या विकारांमध्ये हे पॅक्स वापरल्याने रोग्याला खूप आराम पडतो. स्नायूंच्या वेदनांमध्येही हे पॅक्स बरेच परिणामकारक ठरतात.

संपूर्ण ओल्या कपड्याचे पॅक्स (Full Wet Sheet Pack): ह्या पॅकमध्ये संपूर्ण शरीर थंड पाण्यांत बुडवलेल्या ओल्या कपड्यांत लपेटलं जातं. ह्या ओल्या कापडावरून गरम ब्लॅंकेट गुंडाळतात. संपूर्ण ओल्या कपड्याचे हे पॅक्स सामान्यत: एक तासासाठी वापरावेत. एक तासानंतर थंड पाण्यांत बुडवलेल्या टॉवेलने त्वचा पुसून घेणं आवश्यक असतं. कधीकधी ओल्या कपड्याचा पॅक आणि नंतर थंड पाण्याच्या टॉवेलने त्वचा पुसून घेणं हे घाम पूर्णपणे येऊन जाईपर्यंत परत परत करावं लागतं. हा पॅक वापरल्यानंतर थंड पाण्याचा शॉवर घेतल्यास अधिक फायदा दिसून येतो.

संपूर्ण ओल्या कपड्याच्या पॅक्समुळे शरीराच्या अंतर्गत अवयवांमध्ये साठून राहिलेले द्राव मोकळे व्हायला मदत होते. त्याचप्रमाणे त्यांच्या-मुळे त्वचेच्या पृष्ठभागांतील रक्ताभिसरण वाढतं आणि अधिक

घाम येतो. त्वचेच्या आणि श्वसनसंस्थेच्या विकारांवरील उपचारांमध्ये ते फार परिणामकारक ठरतात. बऱ्याचशा जुनाट विकारांमध्ये हे पॅक्स वापरण्याचा सल्ला दिला जातो. पण जे रोगी फार अशक्त झालेले असतात किंवा ज्यांना थंड पाणी सहन होत नाही अशांच्या बाबतीत त्यांचा वापर करू नये. शरीरांतून आणि / किंवा रक्तांतून दूषित विषारी पदार्थ बाहेर टाकण्यासाठी ही पद्धत अतिशय चांगली असते.

थंड करणारे पॅक्स (Cooling Pack) : थंड करणारे पॅक्स हे टॉवेलमध्ये बर्फाचे तुकडे गुंडाळून किंवा रबरी पिशवीमध्ये बर्फ भरून ती शरीराच्या दुखऱ्या भागावर लावणे अशा पद्धतीने वापरले जातात. दुखरा भाग दहा ते बारा मिनिटं बर्फाच्या थंडगार पाण्यांत बुडवून ठेवला किंवा त्या भागावर पाच ते सात मिनिटं बर्फाचे तुकडे दाबून धरले तरीही रोग्याला बराच आराम पडतो.

शरीराच्या कोणत्याही भागातील अतिरिक्त रक्ताभिसरण कमी करण्यासाठी थंड करणारे पॅक्स वापरण्याचा सल्ला दिला जातो. मुरगळल्यामुळे, खेळताना काही लागल्यामुळे किंवा अपघातामुळे आलेली सूज हे पॅक्स वापरल्यामुळे कमी होते.

वेगवेगळ्या प्रकारचं स्नान म्हणजे काय?

शरीराच्या एखाद्या भागावर किंवा संपूर्ण शरीरावर उपचार करण्यासाठी जेव्हा पाण्याचा वापर केला जातो तेव्हा त्याला स्नान किंवा आंघोळ असं म्हणतात. ह्या आंघोळी वेगवेगळ्या प्रकारच्या असतात. ह्यामध्ये

नितंब स्नान, डुबकी स्नान, घाम येऊन किंवा वाफेचं स्नान आणि गरम हवेचं स्नान ह्यांचा समावेश होतो.

डुबकी स्नान (Immersion Bath) : संपूर्ण शरीर जेव्हा पाण्यांत बुडवलं जातं तेव्हा त्याला उद्देशून डुबकी स्नान ही संज्ञा वापरली जाते. ह्या स्नानाचा शरीराच्या सर्व भागांवर परिणाम होत असतो. ह्या स्नानाचे तीन प्रमुख प्रकार आहेत :

१. थंड डुबकी स्नान : हे स्नान १० ते १८ अंश सेंटिग्रेड तापमानाला काही सेकंदांसाठीच करायचं असतं. थंड डुबकी स्नान जर थोडा अधिक काळ करायला सांगितलं असेल तर ते करत असताना अंग जोरजोरांत घासलं गेलं पाहिजे. थंड डुबकी स्नानामुळे शरीरांतील ऊर्जा वाढते आणि त्याचा परिणाम शक्तिवर्धकासारखाही होतो. त्याच्यामुळे शरीराचा चयापचयाचा वेग वाढतो आणि शरीरांतील लसिका आणि रक्त ह्यासारख्या द्रावांचं अभिसरणही वाढतं. थंड डुबकीनंतर शरीर गरम पाण्यांत बुडवणं हे महत्त्वाचं असतं.

२. उदासीन (Neutral) डुबकी स्नान : हे स्नान शरीराच्या नेहमीच्या तापमानाला म्हणजे ३२ ते ३६ अंश सेंटिग्रेडला पंधरा ते वीस मिनिटांसाठी घ्यायचं असतं. त्याने मनाला शांती मिळते. निद्रानाश, चिडचीड अशा समस्यांमध्ये आणि मज्जासंस्थेच्या काही विकृतींमध्ये हे घेण्याचा सल्ला दिला जातो. ताप कमी करण्यामध्ये उदासीन डुबकी स्नानाची भूमिका मर्यादित असते.

३. गरम डुबकी स्नान : हे स्नान ४० ते ४५ अंश सेंटिग्रेड

तापमानाला जास्तीत जास्त वीस मिनिटं एवढ्या अवधीसाठी दिलं जातं. ४५ अंश सेंटिग्रेडच्या वरच्या तापमानाचं पाणी रोगांवरील उपचारांमध्ये परिणामकारक ठरत नाही. उलट त्यामुळे नुकसानच होण्याचा धोका असतो.

गरम डुबकी स्नान हे शक्तिवर्धक आहे आणि त्याचा परिणामही तात्पुरता असतो. पोटदुखी (Colic), स्नायूचं आणि सांध्यांचं दुखणं ह्यापासून ताबडतोब आराम मिळण्यासाठी ते घेण्याचा सल्ला दिला जातो. गरम डुबकी स्नानामुळे पुष्कळ वेळा त्वचा लाल होते आणि दमल्यासारखं वाटतं. ह्या कारणासाठी ते कमीत कमी वेळा घ्यावं.

४. सखोल डुबकी स्नान (Deep Immersion Bath) : मर्दन (Massage), व्यायाम किंवा डूशेबरोबर ह्या स्नानाचा वापर केल्यास ते सर्वात परिणामकारक ठरतं. ह्यांतील प्रमुख फायदे जरी व्यायामामुळे आणि तरंगण्याच्या गुणांमुळे मिळत असले तरी पाण्यामुळे वर ढकललं गेल्यामुळे शरीर हलकं होतं आणि त्याला वाहावं लागणाऱ्या स्वत:च्याच वजनाचा भार कमी होतो. सखोल डुबकी स्नान हे संधिवात, पोलिओमायेलिटिस (Poliomyelitis-लहान मुलांना होणारा अर्धांगवायूसारखा रोग.ह्यांत लहान मुलांचे स्नायू अशक्त होतात.) आणि स्नायू वाया गेलेले असताना (Wasting of Muscles) घेतल्यास फायदा होतो. एखाद्या रोगामुळे जेव्हा स्नायूंचा आकार कमी होतो आणि त्यांची सामान्य कार्य चालू राहण्यात अडचण येते तेव्हा अशा परिस्थितीला उद्देशून स्नायू वाया जाणे ही संज्ञा वापरली जाते.

सिट्झ स्नान (Sitz Bath) : ह्या स्नानाला नितंब स्नान असंही म्हणतात. हे थंड, गरम किंवा उदासीन पाण्याने घेता येतं. हे स्नान म्हणजे एका पोकळ, लंबगोलाकृती घंगाळांत (Tub) नितंबाचा भाग बुडवून ठेवणे. सिट्झ स्नानामुळे पोटातील आणि कमरेच्या भागातील इंद्रिय क्रियाशील होतात. अ. कारण त्या भागांतील पृष्ठभागांवरील रक्ताभिसरणाला त्यामुळे चालना मिळते. ब. पोटांतील इंद्रियांमध्ये साठलेला द्राव मोकळा होतो आणि क. सूज कमी होते. मूळव्याध (Piles), भगेन्द्र (Haemorrhoids), मलावरोध (Consti–pation), आणि पचनसंस्थेच्या सर्व जुनाट विकारांमध्ये हे स्नान घेण्याचा सल्ला दिला जातो.

पोटांत जळजळीची भावना होत असेल किंवा खूप अधिक प्रमाणांत वायू साठून राहिला असेल तर अशा वेळी थंड वाटण्यासाठी उदासीन सिट्झ स्नान केल्यास रोग्याला आराम पडतो. लघवी करताना त्रास होत असेल, वेदना होत असतील किंवा कमरेच्या भागांत दुखत असेल तर गरम सिट्झ स्नान करण्याचा सल्ला दिला जातो. आलटून पालटून थंड आणि गरम सिट्झ स्नान घेतल्यास त्वचेतील आणि पायांच्या खालील भागांतील रक्ताभिसरणाला चालना मिळते. गर्भनलिका (Fallopian Tubes), बीजांडकोश (Ovaries) इत्यादि पोटांतील अंतर्गत अवयवांना येणाऱ्या सुजेसारख्या जुनाट रोगांमध्येही ह्या उपचारांचा फायदा दिसून येतो.

डुशे (Douche) : संपूर्ण शरीराच्या किंवा शरीराच्या काही

भागांच्या पृष्ठभागावर जेव्हा नियंत्रित तापमानाच्या आणि नियंत्रित दाबाच्या पाण्याची पिचकारी मारून उपचार केले जातात तेव्हा त्याला उद्देशून ही संज्ञा वापरली जाते. डूशे हे थंड, गरम किंवा उदासीन पाण्याचे किंवा इतर द्रावांचे दिले जातात. बाधित अवयवांवर त्यांचा शक्तिवर्धकासारखा उपयोग होतो आणि त्यांच्यामुळे मर्दनही केल्यासारखं वाटतं. डुशेंचे परिणाम जरी डुबकी स्नानासारखेच असले तरी ते देताना दाबाखाली असलेलं पाणी वापरल्यामुळे ते अधिक परिणामकारक ठरतात. ह्या दाबामुळे शरीराला अधिक उत्तेजना मिळते.

डुबकी स्नानाच्या घंगाळांत किंवा पाण्याच्या तलावांत पाण्याच्या पृष्ठभागाखालून डुशे दिल्यास त्यांच्यामुळे स्नायूंमधील वेदना आणि कळा कमी होण्यास मदत होते. आलटून पालटून थंड आणि गरम पाण्याचे विरोधी (Contrast) डूशे हे सामान्य शक्तिवर्धकासारखे आणि उत्तेजक म्हणून वापरले जातात.

अंशतः स्नान (Partial Bath): एकाच हाताला किंवा पायाला किंवा दोन्ही हातांना किंवा पायांना वेगवेगळ्या तापमानाच्या पाण्याचे उपचार करायची जेव्हा वेळ येते तेव्हा हात किंवा पाय पाण्याने भरलेल्या घंगाळांत किंवा तलावांत बुडवून हे अंशतः स्नान घेतले जाते. अंशतः स्नान हे थंड, गरम किंवा उदासीन पाण्याने घेता येते.

मुरगळलेला पाय किंवा घोटा गरम पाण्यांत थोडा वेळ बुडवून ठेवला तर आराम पडतो. शरीराच्या वरच्या भागांतील चोंदलेले भाग

मोकळे करण्यासाठीही ह्याचा उपयोग होतो. त्यामुळे डोकेदुखी, सर्दी, श्वसनाला अडथळा येणे अशा काही आजारांमध्ये गरम पाण्याने शेकण्याचा सल्ला दिला जातो. थंड पाण्यांत बराच वेळ पाय बुडवून बसलं तर ताजंतवानं वाटतं. बायकांचे मासिक पाळीच्या बाबतीतले प्रश्न सोडवण्यासाठी थंड पाण्यांत थोडा वेळ पाय बुडवून बसण्याचा सल्ला दिला जातो. पायांना दीर्घकाळपर्यंत सूज येत असेल तर त्यावर उपचार म्हणून थंड आणि गरम पाण्यांत आलटून पालटून पाय बुडवून ठेवायला सांगतात. पुष्कळ वेळ चालल्यामुळे दुखणाऱ्या पोटरीच्या स्नायूंनाही त्यामुळे आराम पडतो.

भोवरा स्नान (Whirlpool Bath) : ह्या प्रकारच्या स्नानांत पाण्याने भरलेल्या घंगाळांत किंवा तलावांत कृत्रिमरीत्या भोवऱ्यासारखी गती निर्माण केली जाते आणि त्यामध्ये हात, पाय किंवा संपूर्ण शरीर बुडवलं जातं. पाण्याचं तापमान आणि त्याची भोवऱ्यासारखी यांत्रिक हालचाल ह्यामुळे भोवरा स्नानाचे चांगले परिणाम दिसून येतात. पाण्याच्या हालचालीमुळे पाण्यांत बुडवलेल्या शरीराच्या भागाला सौम्य घर्षण मिळतं. घर्षण आणि उष्णता ह्यांचा संयुक्त परिणाम म्हणून स्नायूंमधील वेदना कमी होतात.

हाताच्या किंवा पायाच्या उघड्या जखमांसाठी, विशेषतः हाताचा किंवा पायाचा काही भाग कापावा लागल्यानंतर होणाऱ्या संसर्गाच्या आणि वेदनांच्या वेळी उपचार म्हणून भोवरा स्नान वापरलं जातं. उघड्या जखमांवर उपचार करताना त्या स्वच्छ करणं आणि त्यांचं

योग्य प्रकारे ड्रेसिंग करणं आवश्यक असतं हे लक्षांत ठेवणं महत्त्वाचं आहे. भोवरा स्नानामुळे संपूर्ण शरीर तणावमुक्त होतं आणि ताजेपणाची भावना येते.

गरम हवेचं स्नान (Hot Air Bath) : ह्या स्नानाला टर्किश स्नान असंही म्हणतात आणि त्यामुळे प्रचंड घाम येतो. गरम हवेच्या स्नानामध्ये एकामागे एक अशा गरम हवेच्या तीन चार खोल्या असतात. प्रत्येक पुढच्या खोलीतील गरम हवेचं तापमान थोडं अधिक असतं. शेवटच्या खोलीतील तापमान हे बहुतेक वेळा २००-२२० अंश फॅरनहाईट इतकं असतं.

ह्या स्नानामध्ये जेवढ्या घामाचं बाष्पीभवन होतं तेवढं गरम पाण्याच्या इतर कुठल्याही उपचारांमध्ये होत नाही. पण त्यामुळे शरीराचं तापमान मात्र वाढत नाही. गरम हवेच्या स्नानाच्या शेवटी थंड पाण्याने आंघोळ करणं आवश्यक असतं. त्याचप्रमाणे ह्या स्नानामुळे दमणूक होत असल्यामुळे ते घेतल्यानंतर तीस मिनिटं तरी विश्रांती घेणं हितकर असतं.

शरीरांतील द्रावांचं अभिसरण सुधारण्यामध्ये गरम हवेचं स्नान फार परिणामकारक ठरतं आणि त्यामुळे संधिवातासाठी तो एक लोकप्रिय उपचार आहे. त्याच्यामुळे त्वचेतील रक्तवाहिन्या शिथिल होतात आणि त्यामुळे रक्तदाब कमी व्हायला मदत होते.

गरम हवेचं स्नान आणि वाफेचं स्नान हे हल्ली वजन कमी करण्याचा उपाय म्हणून फार लोकप्रिय झालेलं आहे. इथे हे लक्षांत

ठेवणं गरजेचे आहे की वजनांत होणारी ही घट शरीरांतील द्राव बाहेर टाकले गेल्यामुळे होत असते आणि म्हणूनच ती तात्पुरती असते. खरोखर वजन कमी व्हायला हवं असेल तर उष्मांकच जाळावे लागतात.

वाफेचं स्नान (Vapour Bath) : ह्या स्नानामध्ये पाणी उकळून तयार झालेली वाफ एखाद्या खोलीतून सोडली जाते. वाफेच्या स्नानाचे परिणाम गरम हवेच्या स्नानासारखेच असतात. पण ह्यामध्ये शरीराचं तापमानही वाढतं. ह्याचं कारण म्हणजे वाफेच्या स्नानामध्ये आलेल्या घामाचं बाष्पीभवन होत नाही.

ज्यांना संधिवाताचा किंवा रक्तदाबाचा सौम्य त्रास असतो अशा लोकांना वाफेचं स्नान घेण्याचा सल्ला दिला जातो. हे स्नान प्रशिक्षित व्यक्तीच्या उपस्थितीतच घेतलं गेलं पाहिजे हे लक्षांत ठेवणं महत्त्वाचं आहे.

इरिगेशन्स (Irrigation) : शरीराचे वेगवेगळे भाग स्वच्छ करण्यासाठी जेव्हा वाहत्या पाण्याचा वापर केला जातो तेव्हा त्याला उद्देशून ही संज्ञा वापरली जाते. ह्यामध्ये पुढील प्रकार येतात :

१. एनिमा (Enema) : ह्या प्रक्रियेमध्ये मोठ्या आतड्याच्या सर्वांत खालच्या भागांत पाणी सोडलं जातं. मोठ्या आतड्याला कोलन (Colon) असंही नाव असल्यामुळे ह्या प्रक्रियेला कोलन इरिगेशन (Colon irrigation) असंही म्हणतात. एनिमा हा एनिमा पात्रांत थंड, गरम किंवा उदासीन पाणी घालून देता येतो. मोठ्या आतड्याचा खालचा भाग स्वच्छ करणे हा एनिमा देण्यामागचा प्रमुख

तुम्हाला ह्या पुस्तकाची गरज आहे.
चांगल्या आरोग्यासाठी आणि दीर्घायुष्यासाठी.
वैद्यकीय उपचारांतील अधिक नवीन माहितीसाठी.
अनेक डॉक्टरांच्या आणि शास्त्रज्ञांच्या संयुक्त ज्ञानावर आणि अनुभवांवर आधारित असं हे पुस्तक रोग, आजार आणि त्यांचे उपचार ह्याबाबत आपल्याला निःसंदिग्ध माहिती देतं. ह्यांत सांगितलेल्या उपचारांमध्ये पारंपरिक आणि पर्यायी अशा दोन्ही प्रकारांचा समावेश होतो.
हे पुस्तक विकत घेऊन स्वतःलाच उपकृत करा.